ആരോഗ്യചിന്തകൾ

arogyachinthakal

•

ashtavaidyan vaidyamatam cheriya narayanan namboothiri

•

first edition
october 2012

•

second edition
may 2015

•

typesetting & published
chintha publishers, thiruvananthapuram

•

•

cover
blackmole

•

വിതരണം

ദേശാഭിമാനി ബുക്ക് ഹൗസ്

H O തിരുവനന്തപുരം-695 035
phone: 0471-2303026, 6063026
www.chinthapublishers.com
chinthapublishers@gmail.com

ബ്രാഞ്ചുകൾ

ഹെഡ്ഡാഫീസ് ബ്രാഞ്ച് കുന്നുകുഴി • സ്റ്റാച്യു തിരുവനന്തപുരം • കെ എസ് ആർ ടി സി ബസ് സ്റ്റേഷൻ ആലപ്പുഴ • കെ എസ് ആർ ടി സി ബസ് സ്റ്റേഷൻ എറണാകുളം • മച്ചിങ്ങൽ ലെയ്ൻ തൃശൂർ • ഐ ജി റോഡ് കോഴിക്കോട് • മാവൂർ റോഡ് കോഴിക്കോട് • എൻ ജി ഒ യൂണിയൻ ബിൽഡിങ് കണ്ണൂർ • സെൻട്രൽ ബസ് ടെർമിനൽ കോംപ്ലക്സ് താവക്കര കണ്ണൂർ

CR - 1354 / 3427

ആരോഗ്യചിന്തകൾ

(ആരോഗ്യജീവിതത്തിന് ആയുർവേദത്തിന്റെ വഴി)

അഷ്ടവൈദ്യൻ

വൈദ്യമഠം ചെറിയ നാരായണൻ നമ്പൂതിരി

ചിന്ത പബ്ലിഷേഴ്സ്

തിരുവനന്തപുരം-695 035

അഷ്ടവൈദ്യൻ വൈദ്യമഠം ചെറിയ നാരായണൻ നമ്പൂതിരി

1930 ഏപ്രിൽ 10 ന് ജനിച്ചു. അച്ഛൻ വൈദ്യശാസ്ത്രമഹോദധി അഷ്ടവൈദ്യൻ വൈദ്യമഠം വലിയ നാരായണൻ നമ്പൂതിരി. അമ്മ: ഉണിക്കാളി അന്തർജനം. കോരല്ലൂർ കൃഷ്ണവാരിയർ, വൈശ്രവണത്ത് രാമൻ നമ്പൂതിരി, വി കെ ആർ തിരുമുൽപ്പാട്, വിദ്വാൻ കലക്കത്ത് രാമൻ നമ്പ്യാർ എന്നിവരിൽനിന്ന് സംസ്കൃതം, ആയുർവേദം ഇവയുടെ പ്രാഥമികപാഠങ്ങൾ അഭ്യസിച്ചു. മുത്തച്ഛൻ വൈദ്യമഠം വലിയ നാരായണൻ നമ്പൂതിരിയിൽനിന്ന് ആയുർവേദത്തിൽ ഉപരിപഠനം. വൈദ്യമഠം വൈദ്യശാല ആന്റ് നഴ്സിങ്ഹോമിലെ മുഖ്യ ഫിസിഷ്യൻ.

കൃതികൾ: *ദീർഘായുസ്സും ആയുർവേദവും, ആയുർവേദത്തിന്റെ കേരളീയ അനുഷ്ഠാനപാരമ്പര്യം* (ആയുർവേദ ലേഖനങ്ങൾ), *ദിനചര്യ, ആയുർവേദത്തിന്റെ പ്രഥമപാഠങ്ങൾ* (അഷ്ടാംഗഹൃദയം-സൂത്രസ്ഥാനം), *ദേവീമാഹാത്മ്യം* (സംഗ്രഹം), *ചികിത്സാനുഭവം, ഗർഗഭാഗവതം, ഹസ്ത്യായുർവേദം, മാലാമന്ത്രങ്ങൾ, അധ്യാത്മരാമായണം, കേരളമാഹാത്മ്യം* (വിവർത്തനം), *ദേവായനങ്ങളിലൂടെ* (യാത്രാനുഭവസ്മരണകൾ), *കാവ്യതീർഥാടനങ്ങൾ, അശീതി പ്രണാമം* (കവിതാസമാഹാരം), *ആൽബത്തിലെ ഓർമകൾ* (ആത്മകഥ), *ജനനംമുതൽ മരണംവരെ* (ആയുർവേദ പൊതുവിജ്ഞാനം), *കാൽപ്പാടുകൾ* (വൈദ്യമഠം വൈദ്യശാല നഴ്സിങ്ഹോമിന്റെ ചരിത്രം).

ഭാര്യ	:	ശാന്ത അന്തർജനം.
മക്കൾ	:	നാരായണൻ, നീലകണ്ഠൻ, ഡോ. പ്രസന്ന, ലത, ഡോ. വാസുദേവൻ.
മരുമക്കൾ	:	രോശ്നി, അനിത, ഹരി, ഡോ. സുബ്രഹ്മണ്യൻ, സാവിത്രി
വിലാസം	:	മേഴത്തൂർ, തൃത്താല, പാലക്കാട് ജില്ല - 679534.

ഉള്ളടക്കം

അവതാരിക

വൈദ്യമഠം ചെറിയ നാരായണൻ നമ്പൂതിരിയുടെ മുന്നിൽ അത്ഭുതാദരങ്ങളോടെ ഇരിക്കുമ്പോൾ ഞാൻ അദ്ദേഹത്തിന്റെ കണ്ണുകൾ ശ്രദ്ധിക്കാറുണ്ട്. അവ സദാ നിരീക്ഷണത്തിലാണെന്ന് തോന്നും. ജ്ഞാന തൃഷ്ണകൊണ്ടുണ്ടാകുന്ന ഒരു positive restlessness ഉണ്ട് അപ്പോൾ അവയ്ക്ക്. അങ്ങനെ അല്ലാത്തപ്പോൾ പുറമെയുള്ളതെല്ലാം അറിഞ്ഞ തിനുശേഷം നോട്ടം അകത്തേക്ക് തിരിച്ചുവിട്ടിരിക്കുകയാണെന്ന് തോ ന്നും. ഉത്തമജ്ഞാനം നൽകുന്ന ഒരു യോഗാവസ്ഥ. നമ്മുടെ അകം - പുറം ലോകങ്ങളുടെ ഹിതത്തിനായിക്കൊണ്ട് അദ്ദേഹം മനസും വാക്കും വ്യാപരിപ്പിക്കുന്ന വിഷയങ്ങളുടെ ആഴപ്പരപ്പുകൾ നോക്കിയാൽ ഈ രണ്ടവസ്ഥകളും ശരിയാണെന്ന് മനസിലാക്കാം. വേദം, വേദാന്തം, വൈ ദ്യം, സാഹിത്യം എന്നീ മേഖലകളിലെ അറിവിന്റെയും അനുഭവങ്ങളു ടെയും പെരുമയാണ് ആ 'ചെറിയ' പദത്തിൽ നിറഞ്ഞ് നിൽക്കുന്നത്. "ഞാനൊരു വൈദ്യകുടുംബത്തിൽ ജനിച്ച വ്യക്തിയായതുകൊണ്ട് ആ വിഷയത്തെക്കുറിച്ച് പറയാനെ എനിക്കു സാധിക്കുകയുള്ളൂ" എന്ന ദ്ദേഹം പറയുന്നുണ്ടെങ്കിലും 'അനവധിയനവധി വൈചിത്ര്യത്തോടുകൂടി ഒന്നിനു പിറകെ ഒന്നായി മുമ്പിലേക്ക് ഓടിയെത്തുന്ന വിഭാഗങ്ങളെ 'ഉത്തമകൃതികളുടെ രൂപത്തിൽ അദ്ദേഹം നമുക്കായി അവതരിപ്പിച്ചി ട്ടുണ്ട്. ആ ശ്രേണിയിലെ പുതിയ പുസ്തകമാണ് ചിന്ത പബ്ലിഷേഴ്സിന്റെ *ആരോഗ്യചിന്തകൾ* എന്നത്. വൈദ്യമഠം പാരമ്പര്യത്തെ അടുത്തും അകലത്തും നിന്ന് ബഹുമാനപുരസ്സരം നോക്കിക്കണ്ട ഒരു പരിചയം മാത്രം വെച്ചാണ് ഇത് എഴുതാൻ ഞാൻ മുതിരുന്നത്. അല്ലാതെ ഗ്രന്ഥ കർത്താവിന്റെ ജ്ഞാന - അനുഭവസമ്പത്തിന് ഒപ്പം നിൽക്കാൻ അർഹ നായതുകൊണ്ടല്ല.

ആരോഗ്യം എന്ന പദത്തെ വ്യക്തിഗതമായ നിലയിൽ മാത്രമല്ല ഭാരതീയ ചിന്താശാഖകൾ വിശിഷ്യാ ആയുർവേദരീതിയുമായി അതിനെ ബന്ധപ്പെടുത്തിയിട്ടുണ്ട്, നിർവചിക്കുന്നത്. വ്യക്തിയിലും സമൂഹത്തിലും ഇവയെ ചേർത്ത് നിർത്തുന്ന, ഇവയോട് ഒപ്പം നിൽക്കുന്ന എന്തിലും ഏതിലും എപ്പോഴും ഉണ്ടാകേണ്ട ഒരവസ്ഥയാണ് ആരോഗ്യം. വിവിധ വിഷയങ്ങളിൽ അദ്ദേഹം എഴുതുകയും പറയുകയും ചെയ്തവയെ ആണ് 24 ലേഖനങ്ങളായി ഈ ഗ്രന്ഥത്തിൽ നാം വായിക്കുന്നത്. ശാസ്ത്രോക്തികൾ അടങ്ങിയ ഗഹനമായ ലേഖനങ്ങൾ പൊതുജന ത്തിനും പൊതുജനത്തിനായി എഴുതപ്പെട്ട അതിലളിതമായ ലേഖനങ്ങൾ വൈദ്യസമൂഹത്തിനും അസ്വീകാര്യമാവാറാണ് പതിവ്. ഈ രണ്ടു വിഭാഗങ്ങൾക്കും ഒരേപോലെ സ്വീകാര്യമായ, വിജ്ഞാനപ്രദമായ, അദ്ദേ ഹത്തിന്റെ പതിവ് രീതിയിൽ വിഷയാവതരണം നടത്തിയിരിക്കുകയാണ് വൈദ്യമഠം.

പല കാലങ്ങളിൽ എഴുതപ്പെട്ട ലേഖനങ്ങളിൽ അദ്ദേഹം ആവർ ത്തിച്ച് ഉദ്ധരിക്കുന്ന ഒരു ശ്ലോകഭാഗമാണ് ‘ന വൈദ്യഃ പ്രഭുരായുഷഃ’ എന്നത്. രോഗം എന്തെന്ന് മനസിലാക്കി രോഗിയുടെ വേദന ശമിപ്പി ക്കലാണ് വൈദ്യത്വം എന്നും അതിലുപരി വൈദ്യൻ രോഗിയുടെ ആയു സിനുമേൽ അധികാരമുള്ളവനാകുന്നില്ല എന്നും അർഥം വരുന്ന ശ്ലോക മാണത്. പക്ഷേ, സാമൂഹികസ്ഥിതിയിലെ മാറ്റങ്ങളും സ്ഥാപനവൽക്ക രിക്കപ്പെട്ട വൈദ്യവും ഒക്കെ ഉണ്ടാകുന്നതിന് മുൻപ് വൈദ്യവൃത്തി രോഗി - രോഗം - മരുന്ന് എന്ന മുക്കോണത്തിന്റെ ചുരുക്കത്തിന് പുറത്തേക്ക് പരന്നിരുന്നു. അന്ന് വൈദ്യൻ സാമൂഹികമായ നന്മയ്ക്കും ആരോഗ്യ ത്തിനും വേണ്ടി സ്വയം സന്നദ്ധതയോടെ പ്രവർത്തിച്ചിരുന്നു. ആ ജനു സിൽപ്പെട്ട വൈദ്യന്മാർക്കും അത്തരം സാമൂഹിക പ്രതിബദ്ധതയും അന്യംനിന്നുപോകുന്ന ഒരു കാലഘട്ടത്തിലാണ് *ആരോഗ്യചിന്തകൾ* എന്ന ഈ ഗ്രന്ഥം നമ്മുടെ കൈകളിലെത്തുന്നത് എന്നറിയുമ്പോൾ അതിന്റെ മൂല്യം വർധിക്കുന്നു. ഈ സമാഹാരത്തിലെ ലേഖനങ്ങളി ലുടനീളം വ്യക്തികളിലും സമൂഹത്തിലും ആയുർവേദത്തിന്റെ വിവിധ മേഖലകളിലും സംഭവിച്ചുകൊണ്ടിരിക്കുന്ന മാറ്റങ്ങളെക്കുറിച്ച്, ച്യുതികളെക്കുറിച്ച് ലേഖകന് ആശങ്കയുണ്ട് എന്നു കാണാം. അദ്ദേഹം പ്രതിനിധാനം ചെയ്യുന്ന വിശിഷ്ടമായ ഒരു തലമുറയുടെ, ഒരു പാര മ്പര്യത്തിന്റെ ഉത്തമമായ ഉത്തരവാദിത്വബോധം കൊണ്ടുണ്ടാകുന്നതാ ണ് ഈ ആശങ്ക. മലയാളിയുടെ മദ്യാസക്തിയെക്കുറിച്ചും എൻഡോസൾ ഫാനെയും BT വഴുതനയെക്കുറിച്ചുമൊക്കെ അദ്ദേഹം എഴുതാൻ കാരണവും ആ ഉത്തരവാദിത്വബോധം തന്നെയാണ്. ആശങ്കകൾ മാത്രം കുറിച്ചിട്ട് വായനക്കാരെ പാതിവഴിയിൽ നിർത്താതെ ആയുർവേദോപ ദേശങ്ങളെ അടിസ്ഥാനപ്പെടുത്തിയുള്ള അതിജീവനത്തിന്റെ മാർഗങ്ങളും അദ്ദേഹം നിർദേശിക്കുന്നുണ്ട്.

മാതൃകാപരമായ രീതിയിൽ ഒരു ആയുർവേദസ്ഥാപനം നടത്തു

കയും അനേകം രോഗികൾക്ക് നിത്യേന ആശ്വാസം പകരുകയും ചെയ്യുന്ന ആളാണ് വൈദ്യമഠം ചെറിയ നാരായണൻ നമ്പൂതിരി; അതും ശാരീരികമായ ചെറിയ അസ്വാസ്ഥ്യങ്ങളെ മാറ്റിനിർത്തിക്കൊണ്ട്. എങ്കിലും ഒരു ചട്ടക്കൂടിൽ ഒതുങ്ങിനിൽക്കാതെ അദ്ദേഹം എന്നും ചുറ്റും നടക്കുന്ന കാര്യങ്ങളെ സശ്രദ്ധം വീക്ഷിക്കുകയും പ്രശ്നങ്ങളെയും പരിഹാരങ്ങളെയും ആയുർവേദ വീക്ഷണത്തിൽ അവതരിപ്പിക്കുകയും ചെയ്യുന്നു. ഈ ഗ്രന്ഥം അതിന് ഒരുത്തമ ഉദാഹരണമാണ്. അദ്ദേഹത്തിന് എന്റെ വിനീത നമസ്കാരം.

സമൂഹപരിഷ്കരണത്തിനായിക്കൊണ്ട് ഒരുപാട് യത്നിച്ച ഒരു പ്രസ്ഥാനത്തെ പ്രതിനിധാനം ചെയ്യുന്ന 'ചിന്ത പബ്ലിഷേഴ്സിലൂടെ' -*ആരോഗ്യചിന്തകൾ* ജനങ്ങളിലേക്ക് എത്തിക്കുന്നതിന് എന്റെ നന്ദി.

പി ആർ കൃഷ്ണകുമാർ
മാനേജിങ് ഡയറക്ടർ
ദി ആര്യവൈദ്യ ഫാർമസി
ലിമിറ്റഡ്
കോയമ്പത്തൂർ

ഈ പുസ്തകത്തെക്കുറിച്ച്

ചിന്ത പബ്ലിഷേഴ്സിന് പുസ്തകരൂപത്തിൽ പ്രസിദ്ധീകരിക്കുന്നതിനായി എന്തെങ്കിലും ലേഖനങ്ങളോ അനുഭവങ്ങളോ കിട്ടിയാൽ തരക്കേടില്ലെന്ന് പറഞ്ഞ് ജനറൽ മാനേജറായ ശ്രീമാൻ വി കെ ജോസഫ് ഒരു എഴുത്ത് അയയ്ക്കുകയുണ്ടായി. അതിന്റെ അടിസ്ഥാനത്തിൽ പല പല സന്ദർഭങ്ങളിൽ ഞാനെഴുതിയ ചെറുതും വലുതുമായ കുറേ ലേഖനങ്ങൾ സമാഹരിച്ച് അയച്ചുകൊടുത്തതിൽനിന്നുണ്ടായതാണ് ഈ പുസ്തകം. ഇതിലെ ലേഖനങ്ങൾ പല സന്ദർഭങ്ങളിൽ എഴുതിയതായതുകൊണ്ട് വിഷയങ്ങളിൽ കുറേശ്ശെ ആവർത്തനം വന്നിട്ടുണ്ടാവാം. അത് മാന്യവായനക്കാർ ക്ഷമിക്കുമെന്ന് പ്രതീക്ഷിക്കുന്നു.

ഇത് പുസ്തകരൂപത്തിൽ പ്രസിദ്ധീകരിക്കാൻ സൗമനസ്യം കാണിച്ച ചിന്ത പബ്ലിഷേഴ്സിനും അതിന്റെ പിന്നിൽ പ്രവർത്തിക്കുന്നവർക്കും എന്റെ വിനീത നമസ്കാരം.

അഷ്ടവൈദ്യൻ വൈദ്യമഠം

05.07.2012 **ചെറിയ നാരായണൻ നമ്പൂതിരി**

1

താളം തെറ്റിയ ദിനചര്യകളും അന്ധമായ അനുകരണസ്വഭാവവും

ഈ വിഷയത്തെപ്പറ്റി പറയുമ്പോൾ ആദ്യം ദിനചര്യകൾ എന്തൊക്കെയാണെന്ന് അൽപ്പം അറിയുന്നത് നന്നായിരിക്കും. മാനസികമായും ശാരീരികമായും ആരോഗ്യമുള്ളവൻ ബ്രാഹ്മമുഹൂർത്തത്തിൽ എഴുന്നേൽക്കണം. ആയുസ്സിന്റെ രക്ഷയ്ക്കുവേണ്ടി സ്വന്തം ശരീരത്തെക്കുറിച്ച് നന്നായി ചിന്തിക്കണം. പിന്നീട് മലമൂത്രവിസർജനാദിശൗചകർമങ്ങൾ ചെയ്യണം. പതിവായി എണ്ണ തേക്കണം. അത് ജര, ക്ഷീണം, വാതം എന്നിവയെ നശിപ്പിക്കും. കണ്ണിന് തിളക്കം, ശരീരപുഷ്ടി, ആയുസ്സ്, ഉറക്കം, തൊലിക്ക് മിനുസം, ശരീരത്തിന് ദൃഢത എന്നിവ ഉണ്ടാക്കും. തല, ചെവി, കാലടികൾ എന്നിവയിൽ എണ്ണ നന്നായി തേക്കണം. മിതമായി വ്യായാമം ചെയ്യണം. വ്യായാമം ചെയ്താൽ ശരീരത്തിന് ഭാരക്കുറവ്, പ്രവൃത്തിചെയ്യാൻ ഉശിരും ഉന്മേഷവും ലഭിക്കൽ, ദഹനശക്തിവർധന, ദുർമേദസ്സ് ഇല്ലാതാവുക എന്നിവ ഉണ്ടാവുന്നതാണ്. വ്യായാമം അധികമായാൽ ദാഹം, ക്ഷയം, തമകശ്വാസം, രക്തപിത്തം, ക്ഷീണം, തളർച്ച, ചുമ, പനി, ഛർദി എന്നിവ ഉണ്ടാകുന്നു. ആരോഗ്യമുള്ളവർ ദിവസവും കുളിക്കണം. കുളി ദഹനശക്തി വർധിപ്പിക്കുന്നതും ആയുസ്സിന് നല്ലതും സംഭോഗശക്തി വർധിപ്പിക്കുന്നതും ഊർജവും ബലവും വളർത്തുന്നതും ചൊറിച്ചിൽ, അഴുക്ക്, ക്ഷീണം, വിയർപ്പ്, മടി, ദാഹം, ഉഷ്ണം എന്നിവയെ ഇല്ലാതാക്കുന്നതുമാണ്. കഴുത്തിന് താഴെ ചൂടുവെള്ളം ഒഴിക്കുന്നത് ബലവർധകമാണ്. തലയിൽ ചൂടുവെള്ളം ഒഴിച്ചാൽ മുടിക്കും കണ്ണിനും ശക്തി കുറയും. ഹിതമായ ആഹാരം മിതമായി ഭക്ഷിക്കണം. കഴിച്ച ആഹാരം ദഹിച്ചതിനുശേഷംവേണം വീണ്ടും കഴിക്കാൻ. ചീത്ത സംസർഗം ഒഴിവാക്കണം. വാക്കുകൊണ്ടോ പ്രവൃത്തികൊണ്ടോ ഒരിക്കലും മറ്റൊരാളെ ഉപദ്രവിക്കരുത്. ദാരിദ്ര്യം, രോഗം എന്നിവകൊണ്ട്

വിഷമിക്കുന്നവരെ ശക്തിക്കനുസരിച്ച് സഹായിക്കണം. ഉറുമ്പ്, പുഴു മുതലായ ചെറുജീവികൾ മുതൽ ക്ഷുദ്രജീവികളെവരെ സഹജീവികളായി കാണണം. തനിക്ക് എതിരായി പ്രവർത്തിക്കുന്ന ശത്രുവിനുപോലും ഉപകാരം ചെയ്യുവാൻ തയാറാകണം. സമ്പത്തിലും ആപത്തിലും ഒരേ വിധം മന:സ്ഥിരത ഉള്ളവരാകണം. സംഭാഷണം മറ്റുള്ളവർക്ക് അലോസരപ്പെടുത്തുന്ന തരത്തിലുള്ളതാവരുത്. അവതരണം മനോഹരമാവണം. അന്യരെ ആരാധിക്കാനുള്ള വകതിരുവുണ്ടാവണം. പഞ്ചേന്ദ്രിയങ്ങളെ കൂടുതൽ വിഷമിപ്പിക്കരുത്. മദ്യം വിൽക്കുക, ശേഖരിച്ചുവെക്കുക, കൊടുക്കുക, കുടിക്കുക എന്നിവ ഒരിക്കലും ചെയ്യരുത്.

ഈ പറഞ്ഞ ദിനചര്യാവിധികളൊക്കെ ഇന്ന് ആരെങ്കിലും പ്രാവർത്തികമാക്കുന്നുണ്ടോ എന്ന് സംശയമാണ്. ഇന്ന്, രാത്രി വളരെ വൈകി കിടക്കുന്നു. രാവിലെ വളരെ വൈകി എണീക്കുന്നു. നല്ല ഭക്ഷണം കിട്ടാനില്ല. കിട്ടിയാൽത്തന്നെ മിതമായ അളവിൽ കഴിക്കൽ, സമയാസമയങ്ങളിൽ കഴിക്കൽ ഇതൊക്കെ വളരെ വിരളമായിരിക്കുന്നു. നിത്യേനയുള്ള എണ്ണതേപ്പ്, കുളി ഇവയൊക്കെ പലർക്കും ഒരു ശീലമല്ലാതായിരിക്കുന്നു. മുടിയുടെ അഴകിനും ഭംഗിക്കുംവേണ്ടി ഇന്ന് കൃത്രിമ സൗന്ദര്യവർധകവസ്തുക്കൾ ഉപയോഗിക്കുന്നു. അവയുടെ ഉപയോഗം മൂലം പലർക്കും തലയ്ക്ക് ചൂടും അലർജിയും അനുഭവപ്പെടുന്നു. വ്യായാമം എന്നൊന്ന് തീരെ ഇല്ലാതായിരിക്കുന്നു. പണ്ട് സ്ത്രീകളും പുരുഷന്മാരും പല പല പണികളിൽ ഏർപ്പെട്ട് ശാരീരികമായി ധാരാളം അധ്വാനിച്ചിരുന്നു. അതുകാരണം ദുർമേധസ്സ് ഇല്ലാതാകുന്നു. ഇന്ന് അതിനൊക്കെ യന്ത്രങ്ങളുടെ സഹായം തേടുന്നു. നടത്തം എന്നത് പേരിനുമാത്രമായിരിക്കുന്നു. അൽപ്പ ദൂരത്തേക്കുകൂടി വാഹനങ്ങളെ ആശ്രയിക്കുന്ന ശീലം കൂടിവരുന്നു. ജനങ്ങളുടെ സംസർഗത്തിനും കൂട്ടുകെട്ടുകൾക്കും മാറ്റം വന്നിരിക്കുന്നു. ഭക്തി, ഭയം, ബഹുമാനം, ദയ, സ്നേഹം എന്നിവ സമൂഹത്തിൽനിന്ന് മാഞ്ഞുക്കൊണ്ടിരിക്കുന്നു. എന്തിനെയും എതിർക്കുക എന്തും പണം കൊടുത്ത് നേടുക, നേരായവഴിയിലല്ലാതെ എല്ലാം കുറുക്കുവഴിയിലുടെ ചെയ്യുക, ഇതൊക്കെ പതിവുശീലങ്ങളായിരിക്കുന്നു. തന്റെ ഏതൊരാഗ്രഹത്തിനും, അത് അത്യാഗ്രഹമായിരിക്കാം, അതിന് ഭംഗംവരുത്തുന്ന ആരെയും എന്തിനെയും നിഗ്രഹിക്കുക, ഇന്ദ്രിയ സുഖങ്ങളുടെ പുറകെ പോവുക, ലഹരി പദാർഥങ്ങളിൽ അമിതമായി ആസക്തി കാണിച്ച് സമൂഹത്തിനും കുടുംബത്തിനും ഉപദ്രവം ചെയ്യുക തുടങ്ങി ഇന്നു സമൂഹത്തിൽ നടക്കുന്ന പലതും തെറ്റായ ദിനചര്യകളായി കാണേണ്ടിവരും.

അന്ധമായ അനുകരണത്തിന്റെ കാര്യം എടുത്താൽ ഇതിലും കഷ്ടമാണ് അവസ്ഥ. എന്തിനെയും ഏതിനെയും അന്ധമായി അനുകരിച്ച് അതിന്റെ ദൂഷ്യഫലങ്ങൾ സമൂഹം ഇന്ന് അനുഭവിക്കുന്നുമുണ്ട്. ആരോഗ്യരംഗത്തെ അനുകരണങ്ങളെപ്പറ്റി പറയാതിരിക്കുകയാവും ഭേദം. ദൃശ്യ-ശ്രവ്യ മാധ്യമങ്ങളിലൂടെ നിരന്തമായി വരുന്ന പരസ്യങ്ങളെ അന്ധമായി

അനുകരിച്ച് തടികുറയ്ക്കാനും വയറുകുറയ്ക്കാനും മുടിനരയ്ക്കാതിരിക്കാനും എന്തിനു പറയുന്നു കഷണ്ടിക്കുകൂടി മരുന്നുകളന്വേഷിച്ച് സമൂഹം പരക്കംപായുന്ന കാഴ്ച വളരെ വേദനയോടെയാണ് കാണാൻ സാധിക്കുന്നത്. ഭക്ഷണത്തിന്റെ ഉപയോഗക്രമത്തിലുള്ള വ്യത്യാസം കൊണ്ടും കൊഴുപ്പുകൂടിയ ഭക്ഷണങ്ങളുടെ അമിതോപയോഗംകൊണ്ടും ശരീരപ്രകൃതികൊണ്ടും ഉണ്ടാവുന്ന ഈ വക കാര്യങ്ങൾ വെറും ഒരു മരുന്നുകൊണ്ട് മാറും എന്ന് വിശ്വസിക്കുന്നത് അന്ധമായ അനുകരണം എന്നല്ലാതെ മറ്റെന്തുപറയാൻ.

ഇങ്ങനെ അതാത് വിഭാഗങ്ങളെ എടുത്ത് പരിശോധിച്ചാൽ എല്ലാ മേഖലയിലും സമൂഹം തെറ്റായ ദിനചര്യയിലും അന്ധമായ അനുകരണങ്ങളിലും അടിമപ്പെട്ട് സ്വന്തം വ്യക്തിത്വത്തെ ബലികഴിച്ചിരിക്കുന്നതായി കാണാം. ഇത് ഒരുതരം അധമസ്വഭാവത്തിലേക്ക് എത്തിയിരിക്കുന്നു. ഇങ്ങനെയുള്ള വിവരണങ്ങൾകൊണ്ട് അൽപ്പമെങ്കിലും ഫലമുണ്ടായാൽ നന്നായി എന്ന ചിന്തയിൽനിന്നാണ് ഇങ്ങനെ ഒരു വിവരണത്തിന് തുനിഞ്ഞത്.

2

കുറുന്തോട്ടി

ആരോഗ്യശാസ്ത്രമായ ആയുർവേദ സിദ്ധാന്തത്തിൽ നിത്യോപയോഗികളായി നിരവധി ഔഷധസസ്യങ്ങൾ ഉണ്ട്. അവയിൽ പ്രധാനപ്പെട്ട ഒരെണ്ണമായ കുറുന്തോട്ടിയെ ഇവിടെ അവതരിപ്പിക്കാൻ ശ്രമിക്കാം. മിക്ക ഔഷധച്ചെടികളും വളരാൻ അനുവാദം കിട്ടിയാൽ പ്രയത്നം കൂടാതെ തഴച്ചു വളരുന്നവയാണ്. കാടിനെ നാടും നാടിനെ നഗരവും ആക്കുന്ന പരിഷ്കൃതികളുടെ വികൃതിയിൽനിന്ന് ഔഷധികൾക്കും മോചനമുണ്ടാവാൻ മാർഗമില്ലല്ലോ. കുറുന്തോട്ടിക്ക് വാതം പിടിച്ചാൽ എന്ന ചൊല്ല് കുറുന്തോട്ടിയടങ്ങുന്ന എല്ലാ ഔഷധങ്ങൾക്കും വന്നുപെട്ട സ്ഥിതിയല്ലെ ഇന്നുള്ളത് എന്ന് സംശയിക്കുന്നു. ജനം പെരുകുമ്പോൾ രോഗവും വർധിക്കുന്നത് ഇതുകൊണ്ടാണ്. പലതരത്തിലുള്ള ഔഷധങ്ങൾ പണ്ടത്തെക്കാൾ പത്തിരട്ടിയായി ഉണ്ടാക്കേണ്ട അവസ്ഥയാണിന്ന്. അതിനാൽ കഴിയുന്നത്ര ചെടികൾ ഓരോരുത്തരും നട്ടുപിടിപ്പിക്കേണ്ടത് സ്വന്തം ആരോഗ്യത്തിനും അന്യന്റെ ഗുണത്തിനും ഏറെ സഹായിക്കും. പ്രാദേശികമായും ഭാഷാപരമായും കാലികമായും വന്ന വ്യതിയാനങ്ങൾ ഔഷധങ്ങളെക്കുറിച്ചുള്ള ജ്ഞാനത്തെയും സാരമായി ബാധിച്ചിട്ടുണ്ട് എന്നുകൂടി മുഖവുരയായി പറഞ്ഞുകൊള്ളട്ടെ.

കുറുന്തോട്ടിയെ സംസ്കൃതഭാഷയിൽ വിളിക്കുന്നത് ബലാ എന്നാണ്. ശാസ്ത്രകാരന്മാർതന്നെ അഭിപ്രായൈക്യമില്ലാതെ ഇത് മൂന്നുതരമായും നാലുതരമായും അഞ്ചുതരമായും പറഞ്ഞു കാണുന്നു. കുറുന്തോട്ടിതന്നെ കേരളത്തിലും വടക്കേ ഇന്ത്യയിലും ഉപയോഗിക്കുന്നത് ഒന്നല്ല എന്നാണ് ഞാൻ മനസിലാക്കിയിരിക്കുന്നത്.

കേരളത്തിൽ ഉപയോഗിക്കുന്ന കുറുന്തോട്ടി ഹൃദയാകാരത്തിലുള്ള ഇലയും മഞ്ഞനിറമുള്ള ചെറിയ പൂവും ഉള്ളതും വളർത്തുകയാ

ണെങ്കിൽ വളരെ വലുതാവാതെ രണ്ടോമൂന്നോ കൊല്ലംവരെ നിലനിൽക്കുന്നതുമായാണ് കാണുന്നത്. വൻകുറുന്തോട്ടി (വെൺകുറുന്തോട്ടി), ആനക്കുറുന്തോട്ടി എന്നിങ്ങനെ നാടൻഭാഷയിലും പറഞ്ഞുകാണുന്നുണ്ട്. ഉയിരിന്റെ അകം എന്ന് വിഗ്രഹിക്കാവുന്ന ഊരകവും വെളുത്തൂരകവും കുറുന്തോട്ടി വർഗമാണ്. വള്ളിക്കുറുന്തോട്ടി എന്നൊരിനവും ചിലർ പറഞ്ഞു കേൾക്കുന്നു. ഭാവപ്രകാശം എന്ന ഔഷധ നിഘണ്ടുവിൽ ഇതിനെ ഗുളൂച്യാദി വർഗത്തിലാണ് ഉൾപ്പെടുത്തിയിരിക്കുന്നത്. ബല, മഹാബല, അതിബല, നാഗബല എന്നിങ്ങനെ നാലുവിധത്തിലുള്ള ബലകളെക്കുറിച്ച് അതിൽ പരാമർശമുണ്ട്. നാടൻഭാഷയിലെ വള്ളിക്കുറുന്തോട്ടി നാഗബല ആയിരിക്കാം.

*ചരകസംഹിത*യിലെ മഹാകഷായവിഭാഗത്തിൽ *ബൃംഹണീയം, ബല്യം, പ്രജാസ്ഥാപനം* എന്നിവയിലാണ് കുറുന്തോട്ടി ഉൾപ്പെടുന്നത്. *സുശ്രുതസംഹിത*യിൽ വിദാരിഗന്ധാദിഗണം, വാതശമനവർഗം, മധുരവർഗം എന്നിവയിലാണ് ഉൾപ്പെട്ടിട്ടുള്ളത്. കുറുന്തോട്ടിക്ക് സംസ്കൃതത്തിൽ അനേകം പര്യായങ്ങളുണ്ട്. തമിഴിൽ മയിൽമാണിക്യം എന്നും ചിത്താമുട്ടി എന്നും പറയുന്നു.

ഇത് വാതപിത്തങ്ങൾക്കും രക്തദോഷത്തിനും വിശിഷ്ടമായി പറഞ്ഞുകാണുന്നു. കഫതടസ്സംകൊണ്ടുണ്ടാകുന്ന ചുമ, വായുമുട്ട് എന്നിവയെയും ചതവ്, മുറിവ് എന്നിവയെയും വാതരക്തത്തെയും ശമിപ്പിക്കും എന്നത് പ്രസിദ്ധമാണ്. കഫത്തിന്റെ കേടുതീർത്ത് ശുദ്ധമാക്കും എന്നും പറയുന്നു. നിറത്തെയും ധാതുപുഷ്ടിയെയും പ്രത്യേകിച്ച് ബലത്തെയും ആരോഗ്യത്തിന്റെ ആകത്തുകയായ ഓജസ്സിനെയും വർധിപ്പിക്കും. ഇത് മധുരരസവും ശീതവീര്യവും വാതഹരങ്ങളിൽ വെച്ച് ശ്രേഷ്ഠവും ആകുന്നു.

സേവിക്കുന്നതും പുരട്ടുന്നതുമായ മിക്ക വാതഹരൗഷധങ്ങളിലും കുറുന്തോട്ടി ചേരുന്നുണ്ട്. ക്ഷീരബല, ശുദ്ധബല എന്നിവയിൽ കുറുന്തോട്ടിയും പാലും മാത്രമാണ് ചേരുന്നത്. രസായനവിധിയിൽ കുറുന്തോട്ടി തനിയെ പാലിൽ സേവിക്കാൻ വിധിച്ചുകാണുന്നുണ്ട്. മഹാരാസ്നാദി, രാസ്നേരണ്ഡാദി, ബലാശതാവര്യാദി, വരീബലാമൃതാദി, നയോപായം തുടങ്ങിയ കഷായങ്ങളിലും കസ്തൂര്യാദി, ധന്വന്തരം തുടങ്ങിയ ഗുളികകളിലും ച്യവനപ്രാശം, അഗസ്ത്യരസായനം, ബലാരിഷ്ടം, അമൃതപ്രാശം, അശ്വഗന്ധാദി, നാഗബലാസർപ്പിസ്സ് തുടങ്ങിയവയിലും ബല, ബലാധാത്ര്യാദി, ബലാഗുളുച്യാദി, മഹാനാരായണതൈലം തുടങ്ങിയ തൈലങ്ങളിലും കുറുന്തോട്ടി അടങ്ങുന്നുണ്ട്.

നിത്യോപയോഗികളായ ഔഷധസസ്യങ്ങളുടെ ക്ഷാമം ആയുർവേദ ചികിത്സാശാസ്ത്രത്തെ സാരമായി ബാധിച്ചിട്ടുണ്ട് എന്നുകൂടി ഇവിടെ ഓർമിപ്പിക്കുകയാണ്. ഇന്നത്തെ സമ്പ്രദായത്തിൽ അതിന്റെ മുന്നോട്ടുള്ള യാത്ര വളരെ വിഷമം പിടിച്ചതായിട്ടാണ് എനിക്ക് തോന്നിയിട്ടുള്ളത്. ഔഷധസസ്യങ്ങളിലെ കൃത്രിമത്വം കാരണം നിർമിക്കുന്ന ഔഷധ

ങ്ങൾക്ക് അതിന്റേതായ ഗുണമേന്മ കിട്ടുന്നില്ല. തൽഫലമായി രോഗികൾക്ക് ഔഷധപ്രയോഗംകൊണ്ട് വിചാരിച്ചത്ര ഫലം കിട്ടുന്നില്ല എന്നുകൂടി പറയേണ്ടിവരും. അതുകൊണ്ട് ഓരോ വ്യക്തിയും സന്നദ്ധസംഘടനകളും രാഷ്ട്രീയ-സാമൂഹ്യപ്രവർത്തകരും സമൂഹവും സർക്കാരുകളുമൊക്കെത്തന്നെ കൂട്ടമായി ശ്രമിച്ച് അതിനൊരു പരിഹാരം ഇപ്പോൾത്തന്നെ കണ്ടെത്തിയില്ലെങ്കിൽ ഭാവിയിൽ ദു:ഖിക്കേണ്ടിവരും. ഓരോരുത്തരും അവരവരുടെ വീടുകളിലും പറമ്പുകളിലും പൊതുസ്ഥലങ്ങളിലും സർക്കാർ വനഭൂമിയിലുമൊക്കെ ഇത്തരത്തിലുള്ള ഔഷധസസ്യങ്ങൾ നട്ടുവളർത്തേണ്ടത് അത്യന്താപേക്ഷിതമായിരിക്കുന്നു.

ഔഷധസസ്യങ്ങളുടെ അഭാവവും ചികിത്സാരീതിയുടെ നിഷ്കർഷയില്ലായ്മയുമൊക്കെ ആയുർവേദശാസ്ത്രം പ്രയോഗിക്കുന്നവർക്കെ നാശം വരൂ. ശാസ്ത്രത്തിന് നാശം വരില്ല എന്ന വിശ്വാസമുണ്ട്. മന്ത്രത്തിന് നാശമില്ല. അത് ചൊല്ലുന്നവർക്കെ നാശമുള്ളൂ. അതേപോലെത്തന്നെയാണ് ആയുർവേദവും. 'മന്ത്രവൽ സംപ്രയോക്തവ്യം' അതായത് മന്ത്രത്തെപ്പോലെ പ്രയോഗിക്കണം എന്ന് ശാസ്ത്രത്തിൽ തന്നെ വാഗ്ഭടൻ പറയുന്നുണ്ട്.

(*പുനർജനി* എന്ന പ്രസിദ്ധീകരണത്തിലേക്ക് കൊടുത്തത്)

3

അഷ്ടവൈദ്യപാരമ്പര്യവും ആയുർവേദ ചികിത്സാരീതിയും

പൂർവികന്മാർ അനാദിയെന്ന് പറയുന്ന ഋക്, യജസ്സ്, സാമം, അഥർവം എന്നീ നാലുവേദങ്ങളിലും ആയുർവേദപരമായ അഥവാ ചികിത്സാപരമായ പല പരാമർശങ്ങളും ധാരാളമായി കാണുന്നുണ്ട്. അതിൽനിന്ന് നമുക്ക് മനസിലാവുന്നത് അനാദിയായ വേദം ഉണ്ടാകുന്ന കാലത്തിനുമുമ്പുതന്നെ ആയുർവേദം അഥവാ ആരോഗ്യചികിത്സാശാസ്ത്രം ഉണ്ടായിരുന്നു എന്നാണ്. ഈ പറഞ്ഞത് ആയുർവേദത്തിന്റെ അനാദിത്വത്തെക്കുറിച്ച് ഒരു നേരിയ ബോധം ഉണ്ടാക്കാൻ വേണ്ടിയാണ്. ബ്രഹ്മാവ് സ്മരിച്ചു എന്നാണ് ആയുർവേദഗ്രന്ഥത്തിൽ പ്രത്യേകിച്ച് വാഗ്ഭടന്റെ അഷ്ടാംഗഹൃദയത്തിൽ ആദ്യമായി പറയുന്നത്.

ബ്രഹ്മാ സ്മൃത്വായുഷോ വേദം പ്രജാപതിമജിഗ്രഹൽ
സോശ്വിനൗ തൗ സഹസ്രാക്ഷം സോ/
ത്രിപുത്രാദികാൻ മുനീൻ
തേ/ഗ്നിവേശാദികാംസ്തേ തു പൃഥക് തന്ത്രാണി തേനിരേ

ഈ വരികളിൽനിന്ന് മനസിലാവുന്നത് അഗ്നിവേശാദികളിലെത്തുന്നതുവരെ ആയുർവേദശാസ്ത്രം ഒരു തന്ത്രസ്വഭാവത്തിൽ വന്നിരുന്നില്ല എന്നാണല്ലോ. ആ അഗ്നിവേശാദികളുണ്ടാക്കിയ തന്ത്രബഹളങ്ങളിൽ നിന്ന് വേണ്ടതിനെ വേർതിരിച്ച്, കാര്യങ്ങൾ ചോർന്നുപോവാതെ കഴിയുന്നതും ചുരുക്കി പറയുകയാണ് ആചാര്യനായ വാഗ്ഭടൻ ചെയ്ത പുണ്യകൃത്യം.

വാഗ്ഭടൻ അൽപ്പം ഉൽപ്പതിഷ്ണുത്വം കലർന്ന ഒരു വ്യക്തിയാണെന്ന് കരുതേണ്ടിവരും. അതിന്റെ കാരണംകൂടി സൂചിപ്പിക്കാം. ആയുർവേദത്തിൽ ചികിത്സാവിഭാഗമെന്നും ശല്യ-ശാലാക്യവിഭാഗമെന്നും(ശസ്ത്രക്രിയ)രണ്ടായി കാണാം. ആദ്യത്തേതിനെ ഭാരദ്വാജീയ

പരമ്പര എന്നും രണ്ടാമത്തേതിനെ ധന്വന്തരീപരമ്പര എന്നും പറഞ്ഞു വരുന്നു. ഈ രണ്ടുപേർക്കും പലപ്പോഴും പരസ്പരം യോജിക്കാത്ത അവസ്ഥ ഉണ്ടായിരുന്നു. അത് അവസാനിപ്പിക്കാൻ, രണ്ടിനെയും സമ ന്വയിപ്പിക്കാൻ ചെയ്ത ഒരു മഹാപ്രയത്നത്തിന്റെ ഫലമായി ഉണ്ടായ ഗ്രന്ഥങ്ങളാണ് അഷ്ടാംഗസംഗ്രഹവും അഷ്ടാംഗഹൃദയവും. അദ്ദേഹം സമ്പാദിച്ച ശാസ്ത്രത്തിന്റെ ഒരേകദേശരൂപങ്ങൾ അദ്ദേഹത്തിന്റെ ദൃഷ്ടി യിലൂടെ, ബുദ്ധിയിലൂടെ ഉണ്ടായതാണ്. ഈ രണ്ടുഗ്രന്ഥങ്ങളും രണ്ട് വാഗ്ഭടന്മാരാണ് രചിച്ചത് എന്ന പക്ഷക്കാരുണ്ടെങ്കിലും ഞാൻ ആ പക്ഷ ക്കാരനല്ല. വാഗ്ഭടൻ ഒന്നേയുള്ളൂ എന്ന് നിസ്സംശയം പറയാവുന്നതാണ്.

അതേപോലെത്തന്നെയാണ് പഞ്ചകർമചികിത്സയുടെ വിവരണങ്ങ ളും. ഭാരദ്വാജീയ വിഭാഗത്തിൽ പഞ്ചകർമങ്ങളിൽ രക്തമോക്ഷം പെടു ന്നില്ല. ധന്വന്തരീയ വിഭാഗത്തിൽ രക്തമോക്ഷവുംകൂടിയ പഞ്ചകർമമാണ് പറയുന്നത്. അതിൽ വാഗ്ഭടാചാര്യർ ഒരു ചെറിയ കൗശലംകൊണ്ടാണ് രണ്ടിനെയും കൂടി സമന്വയിപ്പിക്കാൻ ശ്രമിച്ചിട്ടുള്ളത്. ഭാരദ്വാജീയന്മാർ അതായത് ചികിത്സാവിഭാഗക്കാർ വസ്തിയെ നിരൂഹം (കഷായവസ്തി) എന്നും അന്വാസനം(സ്നേഹവസ്തി)എന്നും രണ്ടായിട്ടാണ് പറയുന്ന ത്. വാഗ്ഭടൻ അവിടെ പഞ്ചകർമം എന്ന ശബ്ദത്തിനുപകരം പഞ്ചശോ ധനകർമം എന്ന ചെറിയ ഒരു ഭേദഗതി വരുത്തി പ്രവൃത്തിയിൽ കൊണ്ടു വരികയാണ് ചെയ്തത്. അദ്ദേഹം വസ്തിയെ ഒന്നാക്കി ചുരുക്കിയപ്പോൾ കിട്ടിയ ഒരെണ്ണത്തെ രക്തമോക്ഷമാക്കി പറയുകയാണ് ചെയ്തത്. അതാണ് അദ്ദേഹം ഉൽപ്പത്തിഷ്ണുത്വം കലർന്ന വ്യക്തിയാണെന്ന് പറ യാൻ കാരണം. ഏതായാലും വാഗ്ഭടാചാര്യർ ആഗ്രഹിച്ച നേട്ടം മുഴു വൻ അതിൽനിന്ന് നേടാൻ സാധിച്ചു എന്ന് തോന്നുന്നില്ല. കാരണം, ഭാരദ്വാജീയന്മാർ പൂർണമായും അതിനെ അംഗീകരിച്ചില്ല എന്നതുതന്നെ. അവർ എന്നും ശസ്ത്രകർമരഹിതകായചികിത്സാവിഭാഗം മാത്രം ചിന്തി ക്കുകയും പ്രവർത്തിക്കുകയും ചെയ്യുന്നവരാണ്.

വാഗ്ഭടാചാര്യരുടെ കാലം എന്നു പറയുന്നത് ബുദ്ധ-ജൈനമത ങ്ങളുടെ അതിപ്രസരമുള്ള ഘട്ടത്തിലാണ്. ശാസ്ത്രസമ്പത്ത് പൂർണ മായും അവരുടെ കയ്യിൽ അകപ്പെട്ടപ്പോൾ അതിനെ സ്വായത്തമാ ക്കാൻവേണ്ടി പ്രത്യേക മന്ത്രസിദ്ധിയാൽ ഉണ്ടായ ജന്മമാണ് അഥവാ വ്യക്തിയാണ് വാഗ്ഭടാചാര്യർ എന്ന് പറയാറുണ്ട്. ശാസ്ത്രസമ്പത്തിനെ സ്വാംശീകരിക്കാൻ പുറപ്പെടുമ്പോൾ തൽഫലമായി അക്കാലത്ത് നില നിന്നിരുന്ന ഭ്രഷ്ട് കൽപ്പിക്കൽ സമ്പ്രദായം തനിയ്ക്ക് ബാധകമാവില്ല എന്ന ഉറപ്പ് വാങ്ങിയിട്ടുണ്ടായിരുന്നുവെങ്കിൽപ്പോലും അവസാനം എന്തോ നിസ്സാരകാരണംകൊണ്ട് ബുദ്ധമതാശുദ്ധിയാൽ ഭ്രഷ്ട് കൽപ്പിക്കുകയാ ണുണ്ടായത്.

ഭ്രഷ്ട് കാരണം വാഗ്ഭടാചാര്യർ ആർക്കും സ്വീകാര്യനല്ലാതായി. ആ അസ്വീകാര്യത അദ്ദേഹത്തിന്റെ ഗ്രന്ഥങ്ങളെയും ബാധിച്ചു. അങ്ങനെയാണ് അദ്ദേഹം ആ ഗ്രന്ഥങ്ങളുംകൊണ്ട് കേരളത്തിലെത്തു

ന്നത്. മറ്റെവിടെയും സ്വീകരിക്കാത്തതുകൊണ്ടാണ് അദ്ദേഹത്തിന് കേരളത്തിൽ എത്തേണ്ടിവന്നത്. കേരളത്തിൽ അദ്ദേഹത്തെ സന്തോഷത്തോടെ സ്വീകരിച്ചപ്പോൾ അദ്ദേഹത്തിനും ഒരു ഉണർവുണ്ടായി. അക്കാലത്ത് കേരളത്തിൽ ആയുർവേദത്തിന് വലിയ പ്രചാരം ഉണ്ടായിരുന്നില്ല. കേരളത്തിലെ സ്വീകരണം കണ്ടപ്പോൾ അദ്ദേഹത്തിന് തന്റെ സൃഷ്ടികൾ ഇവിടെ പ്രചരിപ്പിക്കണമെന്ന് ആഗ്രഹമുണ്ടായി. അതദ്ദേഹം പ്രാവർത്തികമാക്കുകയും ചെയ്തു. അതിന്റെ അനന്തരഫലമായുണ്ടായതാണ് ഇപ്പോഴത്തെ അഷ്ടവൈദ്യ പാരമ്പര്യ കുടുംബങ്ങൾ.

അഷ്ടവൈദ്യന്മാരിൽ ആലത്തിയൂർനമ്പിയുടെ സ്ഥലത്താണ് അദ്ദേഹം ആദ്യമായി വന്നത് എന്നും പറഞ്ഞുകേട്ടിട്ടുണ്ട്. ക്രമേണ അദ്ദേഹം കേരളത്തിലുടനീളം നടന്ന് അന്നത്തെ വ്യവസ്ഥിതിയനുസരിച്ച് ഉയർന്ന സമുദായത്തിൽപ്പെട്ട വ്യക്തികളെ ഗ്രന്ഥം പഠിപ്പിക്കാനും അവരിലൂടെ പ്രചരിപ്പിക്കാനും തുടങ്ങി. അങ്ങനെ ആലത്തിയൂർനമ്പി, കാരത്തോൾനമ്പി, ചൂണ്ടൽനമ്പി, ഒളശമൂസ്സ്, വയസ്കര മൂസ്സ്, ചീരട്ടമണ്ണമൂസ്സ്, പുലാമന്തോൾമൂസ്സ്, കുട്ടഞ്ചേരിമൂസ്സ്, എളേടത്ത് തൈക്കാട് മൂസ്സ് (തൈക്കാട്ടുശ്ശേരി എന്ന പേരിൽ ചേർത്തലയ്ക്കടുത്ത് ഒരു സ്ഥലവും അവിടെ ഇതേപേരിൽ ഒരു നമ്പൂതിരിയില്ലവുമുണ്ട്. അവർ ഉന്മാദത്തിന് ചികിത്സയും നടത്തുന്നുണ്ട്. അവരും ഈ മൂസ്സുമായി എന്തെങ്കിലും ബന്ധമുണ്ടോ എന്ന് എനിക്ക് സംശയം തോന്നിയിട്ടുണ്ട്), പഴനെല്ലിപ്പുറത്ത് തൈക്കാട് മൂസ്സ് (എസ് എൻ എ), പർപ്പൂർ മൂസ്സ് (അത് പിന്നീട് തൃശ്ശൂർ തൈക്കാട് മൂസ്സിൽ ലയിക്കുകയാണ് ഉണ്ടായത്), വൈദ്യമഠം (ഈ കുടുംബം രൂപാന്തരം വന്നതാണെങ്കിലും പാരമ്പര്യത്തിന്റെ നാരായവേര് ഇതുവരെ മുറിഞ്ഞിട്ടില്ല) എന്നീ അഷ്ടവൈദ്യ പാരമ്പര്യ കുടുംബങ്ങൾ ഉണ്ടായി എന്നാണ് ഞാൻ മനസിലാക്കിയിട്ടുള്ളത്. കൂടുതൽ വിവരങ്ങൾക്ക് കുഞ്ഞിക്കുട്ടൻ തമ്പുരാന്റെ *കേരളചരിത്രം* എന്ന പുസ്തകം പരിശോധിക്കാവുന്നതാണ്. അവസാനം അദ്ദേഹം സ്വർഗാരോഹണം വരിച്ചത് പുലാമന്തോൾ മൂസ്സിന്റെ ഇല്ലത്തുവച്ചാണ്. ആ ദിനം അവർ വാഗ്ഭടദിനമായി ഇന്നും ആചരിക്കുന്നുണ്ടെന്നും അറിയുന്നു.

അഷ്ടവൈദ്യന്മാർ എന്ന് പറയുന്നത് എട്ട് വൈദ്യകുടുംബങ്ങളല്ല. അഷ്ടാംഗവൈദ്യന്മാരാണ്. 'കായബാലഗ്രഹഊർധ്വാംഗ ശല്യദംഷ്ട്രാ ജരാ വൃഷാൻ' അതായത് കായം-ശാരീരികചികിത്സ(Medicine) ബാല-ബാലചികിത്സ (Pedeatrics) ഗ്രഹ-നക്ഷത്രാദി ഗ്രഹദോഷങ്ങളിൽ ചെയ്യേണ്ടുന്ന പ്രതിവിധികൾ (മന്ത്രവാദം ഉൾപ്പെടെ) ഊർധ്വാംഗ-കഴുത്തിന് മേൽപ്പോട്ടുള്ള രോഗങ്ങൾ (ENT മുതലായവ) ശല്യം-ശസ്ത്രക്രിയാവിഭാഗം (Surgery) ദംഷ്ട്രാ-വിഷം, അവയുടെ തരഭേദങ്ങൾ, ചികിത്സ (Toxicology). ജരാ-രസായനചികിത്സ(Treatment for rejuvenation) വൃഷ-പുംസവനീയ ചികിത്സ(Treatment of Infertility) എന്നീ എട്ടംഗങ്ങളെ അടിസ്ഥാനപ്പെടുത്തി ചികിത്സിക്കുന്നവർ എന്ന അർഥത്തിലാണ് അഷ്ടാംഗ വൈദ്യന്മാർ എന്ന് പറയുന്നത്. അത് കാലക്രമേണ

ലോപിച്ചാണ് അഷ്ടവൈദ്യന്മാർ എന്നായി മാറിയത്. ഈ എട്ട് അംഗങ്ങൾ അടങ്ങുന്ന ആരോഗ്യശാസ്ത്രം അതും പഞ്ചഭൂത പ്രക്രിയയിലൂടെ രോഗത്തെയും രോഗിയെയും ഔഷധത്തെയും സമമായ അളവുകോലുകൊണ്ട് അളന്ന് അവതരിപ്പിക്കുന്ന മറ്റൊരു ശാസ്ത്രം പ്രപഞ്ചത്തിൽ ഉണ്ടെന്ന് തോന്നുന്നില്ല. ഈ അഷ്ടാംഗ ചികിത്സാരീതി പിൻതുടർന്നു പോന്നിരുന്ന കുടുംബങ്ങളിൽ അന്യംവരാതെ അവശേഷിക്കുന്ന കുടുംബങ്ങൾ ഇന്ന് വളരെ കുറവാണ്. അതിൽത്തന്നെ ഞങ്ങളുടെ കുടുംബത്തെ മറ്റു ധന്വന്തരീയ പാരമ്പര്യക്കാർ ഉൾക്കൊള്ളാൻ മടികാണിക്കാറുമുണ്ട്. ഒരിക്കൽ വയസ്കര മൂസ്സാണ് എന്നാണെന്റെ ഓർമ. വർത്തമാനം പറയുന്ന കൂട്ടത്തിൽ 'വൈദ്യമഠം അഷ്ടവൈദ്യനാണോ? സപ്തവൈദ്യനല്ലെ' എന്നൊരു ഫലിതം പ്രയോഗിക്കുകയും ഉണ്ടായിട്ടുണ്ട്. ധന്വന്തരീയക്കാരുടെ ഈ സമ്മതിക്കായ്മയെ മുത്തച്ഛനാണ്(വൈദ്യമഠം വലിയ നാരായണൻ നമ്പൂതിരി-സീനിയർ) ഖണ്ഡിച്ചിട്ടുള്ളത്.

ഞങ്ങളുടെ കുടുംബത്തെക്കുറിച്ച് ചെറിയ ഒരു രൂപം അഷ്ടാംഗ ഹൃദയത്തിന്റെ ഇന്ദുവ്യാഖ്യാനത്തിന്റെ ആമുഖത്തിലും(സംസ്കൃതം, ചൗഖമ്പ പബ്ലിക്കേഷൻ, വാരണാസി)ആത്മകഥയായ ആൽബത്തിലെ ഓർമകളിലും പറഞ്ഞിട്ടുണ്ട്, എങ്കിലും ഇവിടെയും ചെറുതായൊന്ന് സൂചിപ്പിക്കാം.

ആലത്തിയൂർനമ്പിയുടെ ബന്ധുവായ കാരത്തോൾനമ്പി കുടുംബത്തെ വാഗ്ഭടന്റെ കാലഘട്ടത്തിന് വളരെ ശേഷം മേഴത്തൂരിൽ ജനിച്ച അഗ്നിഹോത്രി താൻ നടത്തിയ 99 യാഗങ്ങളിൽ ശാലാവൈദ്യനായി അവരോധിക്കാൻ കൊണ്ടുവന്നതായി വിചാരിക്കാൻ ന്യായവും ചില തെളിവുകളുമുണ്ട്. കാരത്തോൾനമ്പി കുടുംബം ഇപ്പോൾ ഇല്ല. ആലത്തിയൂർനമ്പിക്കും വൈദ്യമഠത്തിനും കഷായം വെയ്ക്കുമ്പോൾ ഒരു പലം മരുന്നിന് 5 നാഴിവെള്ളം എന്ന കണക്കുണ്ട്. മറ്റാർക്കും അതില്ല. അതുപോലെ വാഗ്ഭടന്റെ പ്രധാന ശിഷ്യന്മാരായ ഇന്ദു-ജർജ്ജടന്മാരിൽ ഇന്ദു രചിച്ച *അഷ്ടാംഗഹൃദയ*ത്തിന്റെയും *സംഗ്രഹ*ത്തിന്റെയും വ്യാഖ്യാനത്തിന്റെ താളിയോലഗ്രന്ഥങ്ങൾ മൂന്നുകോപ്പിമാത്രമായിരുന്നു എന്ന് കേട്ടിട്ടുണ്ട്. അതിൽ രണ്ടുകോപ്പി വൈദ്യമഠത്തിന്റെ കൈയിലുണ്ട് എന്നതും മറ്റൊരു തെളിവാണ്. ഇന്നും ഞങ്ങളുടെ കുടുംബത്തിൽ ചന്ദനക്കാവിലേക്ക് നിത്യവും ഒരു നറുക്കില നിവേദ്യം പതിവുണ്ടെന്നതും മറ്റൊരു തെളിവ്.

വാഗ്ഭടാചാര്യരുടെ പരിശ്രമഫലമായുണ്ടായ അഷ്ടാംഗവൈദ്യ കുടുംബങ്ങളിൽ മരുന്നുകളുടെ നിർമാണരീതിയിലും ചികിത്സാരീതിയിലും ചെറിയ ചില വ്യത്യാസങ്ങളുണ്ട്. അതിലൊന്നാണ് മുകളിൽപ്പറഞ്ഞ കഷായവെള്ളത്തിന്റെ കണക്ക്. അതുപോലെ ഈ വ്യത്യാസത്തിന്റെ കാര്യത്തിൽ ഒരുകാലത്ത് അൽപ്പം വിവാദമായ ഒരു വിഷയം കൂടിയുണ്ട്. ച്യവനപ്രാശം നെല്ലിക്കകൊണ്ടുണ്ടാക്കുന്ന ഔഷധമാണല്ലോ. അതിന്റെ നിർമാണം സാധാരണയായി മിക്കപേരും ഉണക്കനെല്ലി

ക്കകൊണ്ടാണ് ചെയ്തുവരാറുള്ളത്. എന്നാൽ വൈദ്യമഠം പച്ചനെല്ലിക്കയാണ് ഉപയോഗിക്കുന്നത്. ഈ വിഷയത്തിൽ മുത്തച്ഛന്റെ കാലത്തു തന്നെ കുട്ടഞ്ചേരി മൂസ്സുമായി വാദമുണ്ടായതായി കേട്ടിട്ടുണ്ട്. മുത്തച്ഛൻ അതിനുകാരണമായി പറഞ്ഞത് നിർമാണവിധിയിൽ നെല്ലിക്കയുടെ എണ്ണമാണ് പറഞ്ഞിട്ടുള്ളത് അതിനാൽ ഉണക്കനെല്ലിക്കയാവുമ്പോൾ ശരിയാവില്ല എന്നതാണ് അദ്ദേഹത്തിന്റെ ഉറച്ച അഭിപ്രായം.

രോഗം,നിദാനത്തിന്റെ അടിസ്ഥാനത്തിൽ ദോഷകോപങ്ങളെ കൃത്യമായി മനസിലാക്കി ഏറ്റവും ചുരുങ്ങിയ മരുന്നുകളെക്കൊണ്ട് ചികിത്സിക്കുക എന്നതായിരുന്നു മുത്തച്ഛന്റെ രീതി. കാരണവന്മാർ, പനിക്കുവിധിക്കുന്ന,

അമൃതോശീര പാഠാബ്ദ വിശ്വ ഭൂനിംബ വാളകൈ:
സപർപ്പടക ധാന്യാക ധന്വയാഷൈർവിപാചിതം

എന്ന പാചനാമൃതം കഷായയോഗത്തെ ദോഷകോപങ്ങളുടെ അടിസ്ഥാനത്തിൽ മരുന്നുകളിൽ ഓരോന്നിലും മാറ്റംവരുത്തി ചികിത്സിച്ചിരുന്നതായി പറഞ്ഞുകേട്ടിട്ടുണ്ട്.

മരണലക്ഷണം പറയൽ വൈദ്യമഠത്തിന്റെ ഒരു പ്രധാന പ്രത്യേകതയാണ്. പണ്ട് കുട്ടഞ്ചേരി മൂസ്സിന്റെ ഇല്ലത്ത് വൈദ്യം പഠിപ്പിക്കാൻ ആളില്ലാതെ വന്നാൽ വൈദ്യമഠത്തിന്റെ അടുത്താണ് പഠിച്ചിരുന്നത് എന്ന് കേട്ടിട്ടുണ്ട്. അങ്ങനെ ഒരിക്കൽ മുത്തച്ഛന്റെ മുത്തപ്ഫന്മാരിലൊരാൾ ഒരു കുട്ടഞ്ചേരി മൂസ്സിനെ പഠിപ്പിക്കുകയുണ്ടായിട്ടുണ്ടത്രെ. ഗുരുനാഥനായ വൈദ്യമഠത്തിന് എന്തോ രോഗം വന്നപ്പോൾ ശിഷ്യനായ കുട്ടഞ്ചേരി കാണാൻ വന്നു. കണ്ട് വിവരങ്ങൾ അന്വേഷിച്ച് മടങ്ങാൻ തുടങ്ങുമ്പോൾ വൈദ്യമഠം ചോദിച്ചു താൻ ഇല്ലത്തേക്ക് തന്നെയല്ലെ മടങ്ങുന്നത്. അപ്പോൾ കുട്ടഞ്ചിരി പറഞ്ഞു. അതെ പക്ഷേ കൂടല്ലൂരൊന്ന് കയറിയിട്ടെ പോവൂ. ഇത് കേട്ടപ്പോൾ വൈദ്യമഠം പറഞ്ഞു. അത് വേണ്ട. താൻ നേരെ ഇല്ലത്തേക്ക് പൊയ്ക്കോളൂ. ഇത് കേട്ട കുട്ടഞ്ചേരി ഗുരുനാഥൻ പറഞ്ഞത് അനുസരിക്കുകയും ചെയ്തു. കുട്ടഞ്ചേരി ഇല്ലത്തെത്തി പുറത്തളത്തിൽ വീണു എന്നാണ് കേട്ടകഥ. ആ വീഴ്ച മരണത്തിലേക്കായിരുന്നു.

മുത്തച്ഛനും ഈ പറഞ്ഞതൊക്കെ ഉണ്ടായിരുന്നു. അദ്ദേഹം ഒര സാമാന്യപ്രഭാവത്തോടുകൂടിയ വ്യക്തിയായിരുന്നു. ചികിത്സക്കും പ്രത്യേകതകൾ ഉണ്ടായിരുന്നു. ഒരിക്കൽ ചെറുപ്പുളശ്ശേരി വാരിയത്തെ ഒരു വാരസ്യാർക്ക് ദീനമാണെന്ന് പറഞ്ഞ് ആൾവന്നു. അവർ പുറയന്നൂർ നമ്പൂതിരിപ്പാടിന്റെ സഹധർമിണിയായിരുന്നു. ഛർദിയായിരുന്നു ദീനം. കുലുക്കല്ലൂർ കുട്ടികൃഷ്ണവാരിയർ തുടങ്ങി അക്കാലത്തെ പ്രശസ്തരും പ്രഗത്ഭരുമായ പല വൈദ്യന്മാരും ചികിത്സിച്ച് മാറാതെയാണ് മുത്തച്ഛനെ കൊണ്ടുപോകാൻ തീരുമാനിച്ചത്. അന്നൊക്കെ മഞ്ചലിലാണ് യാത്ര. കൂടെ ശിഷ്യന്മാരുമുണ്ട്. ചെന്നാൽ കുളിക്കണം. കുളിക്കാൻ പോവുന്ന സമയത്ത് മുത്തച്ഛൻ ശിഷ്യനെ വിളിച്ച് മരുന്നുപെട്ടിയിൽനിന്ന് വില്വാദി ഗുളിക എടുത്തുവെയ്ക്കാൻ പറഞ്ഞു. ഇത് കേട്ടുകൊണ്ട് കുട്ടികൃഷ്ണ

വാരിയർ നിൽക്കുന്നുണ്ട്. വാരിയർ അൽപ്പം പുച്ഛഭാവത്തിൽ ഇതൊക്കെ അനവധി തവണ കൊടുത്തതാണ് എന്നൊരഭിപ്രായം പ്രകടിപ്പിച്ചു. ഇത് മുത്തച്ഛൻ കേട്ടു. കുളിക്കാൻ പോയി മുങ്ങുന്ന സമയത്ത് വിരലിൽ കിടക്കുന്ന മോതിരം ഊരി ദക്ഷിണാമൂർത്തിയെ ധ്യാനിച്ച് കയ്യിൽവെച്ചു. കുളിച്ചുവന്ന് ഗുളികയെടുത്ത് വീണ്ടും ദക്ഷിണാമൂർത്തിയെ ധ്യാനിച്ച് 'ഇതുവരെ ഛർദിക്കുള്ള മരുന്നാണ്. ഇത് ഛർദിക്കാതിരിക്കാനാണ്' എന്നും പറഞ്ഞ് വാരസ്യാരുടെ വായിൽ കൊടുത്തു. അപ്പോഴൊക്കെ എന്തു കഴിച്ചാലും ഛർദിക്കുന്ന അവസ്ഥയായിരുന്നു. മുത്തച്ഛൻ ഈ ഗുളിക കൊടുത്തതിനുശേഷം അവർ ഛർദിച്ചില്ല. ഇതൊക്കെ കണ്ടുകൊണ്ട് കുട്ടികൃഷ്ണവാരിയർ അവിടെ നിൽക്കുന്നുണ്ടത്രെ. അദ്ദേഹം മുത്തച്ഛനോട് 'ഈ ഉപാസന അടിയനില്ല' എന്ന് സമസ്താപരാധം പറഞ്ഞു എന്നും കേട്ടിട്ടുണ്ട്. മരുന്ന് കണ്ടെത്തലിന്റെ പ്രത്യേകതയും മനസിന്റെ പ്രഭാവവും ഉപാസനാമൂർത്തിയിലുള്ള ഉറച്ച വിശ്വാസവുമാണ് ഇതിൽനിന്ന് നമുക്ക് മനസിലാക്കാനുള്ളത്. അക്കൂട്ടത്തിൽ രോഗത്തിന്റെ അവസ്ഥകൂടി സൂക്ഷ്മമായി മനസിലാക്കി എന്ന് കരുതേണ്ടിവരും. അച്ഛനും അതുപോലെ പ്രഭാവവാനായ ഒരു വ്യക്തിയായിരുന്നു. അദ്ദേഹം അത്യപൂർവങ്ങളായ അനേകം പ്രവൃത്തികൾ നടത്തിയിട്ടുണ്ട്. ആര്യവൈദ്യശാലയുടെ സുവർണജൂബിലിയോടനുബന്ധിച്ച് (1950-55) ആ സ്ഥാപനത്തിലെ ഔഷധ നിർമാണ പ്രക്രിയ ചിട്ടപ്പെടുത്തിയത് അച്ഛനായിരുന്നു എന്ന് പലർക്കും അറിയാത്തതാവും.

അഷ്ടവൈദ്യന്മാരുടെ ചികിത്സാപാടവത്തെക്കുറിച്ച് എനിക്ക് അറിയാവുന്ന ചില സംഭവങ്ങൾ കൂടി കുറിക്കാതെ ഈ പരിശ്രമം പരിപൂർണമാവില്ല.

പുലാമന്തോൾ അച്ഛൻ മൂസ്സ് ചികിത്സാവിഷയത്തിൽ അതിവിദഗ്ധനായിരുന്നു എന്ന് പ്രസിദ്ധമാണല്ലോ. ഒരു ഉദാഹരണം പറയാം. പാലക്കാട്ടുള്ള ഒരു രോഗിയുടെ വിവരം പറയാനായി പരിഭ്രമിച്ച് ഒരാൾ വന്നു. മൂത്രക്കൃച്ഛ്റം ആണ്. മൂത്രംപോയിട്ട് കുറച്ചധികം നേരമായിരിക്കുന്നു. അതിന്റെ അസ്വസ്ഥതകളും ഉണ്ട്. പാലക്കാട്ടെ ഡോക്ടർമാരുടെയും വൈദ്യന്മാരുടെയും ശ്രമങ്ങൾകൊണ്ട് ഒന്നുമായില്ല. വിവരമറിഞ്ഞപ്പോൾ മൂസ്സ് ഉടനെപുറപ്പെട്ടു. എത്തിയ ഉടനെ കയ്യിൽ കരുതിയിരുന്ന ഒരു പച്ചമരുന്ന് അരച്ചത് രോഗിയുടെ അടിവയറ്റിൽ പുരട്ടി. അപ്പോഴാണ് ഒരു അപ്പോത്തിക്കിരി ഓടിക്കിതച്ചെത്തുന്നത്. മൂസ്സ് പറഞ്ഞു, "എന്തെങ്കിലും ചെയ്യാനുണ്ടെങ്കിൽ ഉടനെ നോക്കിക്കോളു, മൂത്രം ഇപ്പോൾ പോകും" എന്ന്. മൂത്രം താമസിയാതെ പോയി എന്ന് പറയേണ്ടതില്ലല്ലൊ.

യശഃശരീരനായ തൃശ്ശൂർ തൈക്കാട്ട് അച്ഛൻ മൂസ്സിന്റെ ഒരു പൊടിക്കൈ പറയാം. കുട്ടികൾ കളിച്ചുകൊണ്ടിരിക്കുന്നതിനിടയിൽ ഒരാളുടെ മൂക്കിൽ ഒരു മുത്തു പോയി. മാതാപിതാക്കൾക്ക് പരിഭ്രമമായി, പലരെയും പ്രാപിച്ചു. മുത്ത് മൂക്കിൽ സ്ഥിരതാമസമാകാനുള്ള ശ്രമ

ത്തിലാണ്. അപ്പോഴാണ് മൂസ്സിനെക്കൊണ്ടുവരുന്നത്. പരിസരവീക്ഷണ ത്തിനുശേഷം അദ്ദേഹം കുറച്ചു വാകപ്പൊടി കൊണ്ടുവരാൻ പറഞ്ഞു. കിട്ടിയ ഉടനെ അദ്ദേഹം ആ പൊടി അന്തരീക്ഷത്തിൽ വിതറി. അവിടെ നിന്നിരുന്നവരെല്ലാം തുമ്പാൻ തുടങ്ങി. കൂട്ടത്തിൽ കുട്ടിയും തുമ്പി, മുത്തു പുറത്തു ചാടി.

മറ്റൊരു അഷ്ടവൈദ്യന്റെ, വയസ്കരമൂസ്സാണെന്നു തോന്നുന്നു, ഒരു പൊടിക്കൈ പറയാം. പ്രസവം ആസന്നമായ ഒരു സ്ത്രീക്ക് ആദ്യം പുറത്തു വന്നത് ഒരു കൈ ആയിരുന്നു. എത്ര പരിശ്രമിച്ചിട്ടും കൈ അകത്തേക്കുപോയില്ല. അങ്ങനെയാണ് സ്മര്യപുരുഷൻ രംഗത്തെ ത്തുന്നത്. അദ്ദേഹം കനലിൽ പഴുപ്പിച്ച ഒരു കമ്പികൊണ്ടുവരാൻ പറഞ്ഞു. ഈ കമ്പി അദ്ദേഹം പുറത്തേക്ക് നീട്ടിയ കയ്യിൽ തൊടുവിച്ചു. കുട്ടി ഉടനെ കൈ അകത്തേക്ക് വലിച്ചു. താമസിയാതെ സുഖപ്രസവവും നടന്നു.

ഇതുപോലെ പ്രസവത്തിന് താമസമായഘട്ടത്തിൽ വൈദ്യൻതന്നെ സ്ത്രീയുടെ വയറ് പരിപൂർണമായി തടവിനോക്കി. അവസാനം ഒരു മുട്ടു സൂചികൊണ്ട് ഒരു പ്രത്യക സ്ഥലത്ത് ഒന്നു കുത്തിയത്രെ. താമസി യാതെ പ്രസവം നടന്നു. എന്താണ് ജാലവിദ്യ എന്നു ചോദിച്ചപ്പോൾ അദ്ദേഹം പറഞ്ഞു, ആ കുട്ടിയുടെ കൈവിരൽ ഏതൊ ഞെരമ്പിൽ കുടുങ്ങിയതായിരുന്നു. അവിടെയാണ് കുത്തിയത്. അപ്പോൾ അത് പിടുത്തം വിട്ടു. ഇന്ന് നമുക്ക് ഇതൊക്കെ ആലോചിക്കുമ്പോൾ അതി ശയോക്തികളായി തോന്നുന്നു.

ഇത്തരത്തിൽ സമാനതകളില്ലാത്തതും എന്നെന്നും അമൂല്യമായ തുമായ ആയുർവേദ പാരമ്പര്യത്തെക്കുറിച്ചും അവരുടെ ചികിത്സാരീ തികളെക്കുറിച്ചും ധാരാളം പറയാനുണ്ടാവും. അതൊക്കെ ചികഞ്ഞെടു ക്കാനും പൊടിതട്ടി പുറത്ത് കാട്ടാനും മെനക്കെടുന്നവർ ഇന്നത്തെക്കാ ലത്ത് വളരെ വിരളമായിക്കഴിഞ്ഞു.

(കോട്ടയ്ക്കൽ ആര്യവൈദ്യശാലക്കാർ
ആവശ്യപ്പെട്ടതനുസരിച്ച് അയച്ചുകൊടുത്തത്)

4

വിഷംകൊണ്ടുള്ള വിനോദം ഇനിയുമവസാനിപ്പിച്ചുകൂടേ

കൊടും വിഷമായ കീടനാശിനി(പേരെന്തുമാവട്ടെ), മാനവസമൂഹത്തെ മുഴുവൻ നശിപ്പിക്കാൻ തക്ക ശക്തിയുള്ള ആ വിഷത്തിന് നിരോധനം ഏർപ്പെടുത്തിയതിനുശേഷവും ഒരു കൂസലുമില്ലാതെ ഭയരഹിതമായും അനിയന്ത്രിതമായും അലസമായും ഇപ്പോഴും ഉപയോഗിക്കുന്നു എന്നത് ആലോചിക്കുമ്പോൾ ഉണ്ടായ വേദനയിൽനിന്നാണ് ഈയൊരു കുറിപ്പ് രൂപംകൊണ്ടത്.

മനുഷ്യനും പഞ്ചഭൂതപ്രകൃതിയിൽനിന്ന് ഉത്ഭവിച്ചവരാണെന്ന് എല്ലാവരും ഓർമവെക്കേണ്ടതാണ്. പഞ്ചഭൂതങ്ങളുടെ നാശം മനുഷ്യന്റെയും നാശമാണ്. ഈ കൊടും വിഷം മണ്ണിനെയും വെള്ളത്തെയും ആകാശത്തെയും കാറ്റിനെയും അന്തരീക്ഷത്തിനെയും നിത്യമായി മലിനീകരിച്ച് ദുഷിപ്പിച്ചുകൊണ്ടിരിക്കുകയാണെന്ന് വാസ്തവത്തിൽ ആരെങ്കിലും ഓർക്കാറുണ്ടോ? ഉണ്ടാവില്ലെന്നാണ് എന്റെ അഭിപ്രായം. എന്നാൽ ഇനിയെങ്കിലും അത് ഓർക്കാതിരുന്നാൽ സർവനാശമായിരിക്കും ഫലം.

പണ്ടുകാലത്തും വിഷോപയോഗങ്ങൾ നടത്തിയിരുന്നതായി പുരാണങ്ങളിലും മറ്റും കാണാവുന്നതാണ്. അതിലൊന്നാണ് യുദ്ധോപയോഗത്തിനായി പ്രത്യേകം പരിശീലിപ്പിക്കുന്ന വിഷകന്യക. പണ്ട് യുദ്ധത്തിൽ ഭടന്മാരെ സ്വാധീനിക്കാൻ അവരുടെ ഇടയിലേക്ക് അയയ്ക്കുന്ന യുവതികളെയാണ് വിഷകന്യക എന്ന് പറയുന്നത്. അവരെ അതിനു സജ്ജീകരിക്കുന്നത് വിഷദ്രവ്യങ്ങൾ അൽപ്പമാത്രയിൽ ശീലിപ്പിച്ച് ക്രമേണ മാത്ര വർധിപ്പിച്ച് ആ വിഷത്തെ അവർക്ക് സാത്മ്യമാക്കി തീർക്കുക എന്നതാണ്. അങ്ങനെ പരിശീലിപ്പിച്ച യുവതികളെ യുദ്ധഭൂമിയിലേക്ക് പറഞ്ഞയച്ച് യോദ്ധാക്കളെ സ്വാധീനിച്ച് അവരുടെ മുറിവേറ്റ ശരീരങ്ങളിലൂടെ വിഷം പ്രവേശിപ്പിച്ച് കൊല്ലുകയാണ് ചെയ്യുന്നത്.

ആയുർവേദ ശാസ്ത്രവും അനേകം വിഷങ്ങളെ വിവരിക്കുന്നുണ്ട്. സ്ഥാവരവിഷം, ജംഗമവിഷം, കൂട്ടുവിഷം, വിരുദ്ധാഹാരവിഷം എന്നിങ്ങനെ പലവിധത്തിലാണ് അവയുടെ പേരുകൾ. വിരുദ്ധാഹാരവിഷം നമ്മൾ മനസിലാക്കിയാൽ ഒഴിവാക്കാൻ പറ്റുന്നതാണ്. മറ്റുള്ളവ, ഔഷധങ്ങളുടെ ആവശ്യത്തിലേക്ക് എടുക്കുന്ന വിഷമാണെങ്കിൽ അവയെ ശോധന-മാരണാദി ക്രിയകളെക്കൊണ്ട് അതിലെ ചീത്ത ഫലത്തെ മാറ്റി ഉപയോഗിക്കാറുണ്ട്. വാഗ്ഭടാചാര്യരുടെ *അഷ്ടാംഗസംഗ്രഹം* എന്ന വിശിഷ്ട ഗ്രന്ഥത്തിൽ വിഷോപയോഗീയം എന്ന ഒരധ്യായംതന്നെ പഠിക്കാനുണ്ട്. പല ഔഷധങ്ങളും വിഷതുല്യമായ ദ്രവ്യങ്ങളെ ശുദ്ധീകരിച്ച് കൂട്ടിച്ചേർത്ത് ഉണ്ടാക്കുകയാണ് പതിവ്. ഉദാഹരണമായി, രസം (സൂതം) വിഷമാണ്. എന്നാൽ ആയുർവേദത്തിന്റെ ഒരു ശാഖയായ സിദ്ധവൈദ്യത്തിൽ ഇത് ചേർത്തുകൊണ്ടുള്ള ഔഷധങ്ങൾ ധാരാളമുണ്ട്. രസം നിലത്തുവീണാൽ ഉരുണ്ടു നടക്കും. അത് കൈകൊണ്ട് എടുക്കാൻ സാധിക്കില്ല. അതേസമയം വെറ്റിലകൊണ്ട് എടുക്കുകയാണെങ്കിൽ ഒരു കൂസലുമില്ലാതെ അതിലേക്ക് എത്തുന്നതാണ്. രസശുദ്ധിയിൽ വെറ്റില നീര് ചേർത്ത് യാമക്കണക്കിൽ അരയ്ക്കുവാനാണ് ശാസ്ത്രത്തിൽ വിധിക്കുന്നത്. രസം എന്നത് സ്വയം ഉത്ഭവിക്കുന്നതായിരിക്കുമെങ്കിലും പല ധാതുദ്രവ്യങ്ങളിൽക്കൂടിയും എത്തുന്നുണ്ട്. അതിനൊരുദാഹരണമാണ് ചായില്യം. ചായില്യത്തിലെ രസത്തെ വേർതിരിച്ചെടുക്കാൻ ഒരു വിധിയുണ്ട്. വിധിപ്രകാരം വേർതിരിച്ചെടുത്തതിനെ ബാലരസം എന്നാണ് പറയുക. അതും ശോധനം ചെയ്യാതെ ഉപയോഗിക്കാൻ പാടില്ല. രസത്തിന് ഏറ്റവും പ്രതിവിധിയായിട്ടുള്ളത് ഗന്ധകമാണ്.

ഇത്തരത്തിൽ വിഷ പദാർഥങ്ങളുടെ ഉപയോഗം പുരാണങ്ങളിലും ശാസ്ത്രത്തിലും പറയുന്നുണ്ടെങ്കിലും അതൊന്നും മാരകങ്ങളല്ല, സാധാരണ മനുഷ്യനെയും ജീവജാലങ്ങളെയും നിഷ്കരുണം ജീവച്ഛവമാക്കാനുള്ളതല്ല. മറിച്ച് അവയുടെ നിലനിൽപ്പിനുതകുന്നതരത്തിലുള്ളതാണ്.

വിഷത്തെ അശ്രദ്ധമായി കൈകാര്യംചെയ്തുകൊണ്ട് വെള്ളവും വായുവും നാടും നാട്ടുകാരും ജീവജാലങ്ങളും മലീമസമായ മറ്റൊരു കഥ പത്തുമുപ്പതുകൊല്ലംമുമ്പ് കേരളത്തിൽ സംഭവിച്ചിട്ടുണ്ട്. അത് കോഴിക്കോട്ടെ മാവൂർ റയോൺസ് എന്ന സ്ഥാപനം പ്രവർത്തനക്ഷമമായ ഘട്ടത്തിലാണ്. അന്ന് അവിടെ അതിന്റെ പരിസരപ്രദേശങ്ങളിലുള്ള കുളങ്ങളും തോടുകളും പുഴകളുമെല്ലാം മലീമസമായി. അവയിലെ വെള്ളം ഉപയോഗിക്കുന്നവർക്കൊക്കെ പലതരത്തിലുള്ള അസുഖങ്ങൾ പിടിപെടുകയുണ്ടായി. അന്ന് ആ പ്രദേശത്തുനിന്ന് നിരവധി രോഗികൾ എന്നെ കാണാൻ വന്നിരുന്നു. പലരുടെയും ദീനം മാറുകയും ചെയ്തിട്ടുണ്ട്. പ്രധാനമായും കാലിലെ വിരൽ ചീയൽ ആയിരുന്നു ദീനം. അതിൽ അന്ന് പത്തൊമ്പതോ ഇരുപതോ വയസ്സ് പ്രായമായ റുക്കിയ എന്ന ഒരു സ്ത്രീ വരികയുണ്ടായി. അവർക്ക് അന്ന് നിഷ്കർഷയായി ചികിത്സയും വേണ്ടിവന്നു. അന്നത്തെ ആ മാരകവിഷത്തിന്റെ സ്പർശനമേറ്റ് ആ പ്രദേ

ശത്തുകാരിൽ പലരുടെയും വിരലുകൾ ചീഞ്ഞു പോവുകയും ഉണ്ടായിട്ടുണ്ട്.

അറുപതിനും തൊണ്ണൂറിനും ഇടയ്ക്ക് കൊല്ലങ്ങൾ ജീവിക്കാൻ അർഹതപ്പെട്ട മനുഷ്യന് അവന്റെ ജനനം തൊട്ട് മരണംവരെ ആയുഷ്കാലം മുഴുവൻ വൈകല്യത്തോടുകൂടി കഴിയേണ്ടിവരുവാൻ നിർബ്ബന്ധിതനാവുക എന്നത് ആരേയും ഭീതിപ്പെടുത്തുന്നതും വേദനിപ്പിക്കുന്നതുമായ കാര്യമാണ്. ഈയൊരു വിഷയം കേട്ടുകേൾവിയല്ല, പ്രത്യക്ഷത്തിലുള്ളതാണ് എന്നു വരുമ്പോൾ ഏതുവിധേനയും ഈ വക കാര്യങ്ങളെ ഉടനടി അവസാനിപ്പിക്കുവാൻ മനുഷ്യസമൂഹം ഒരുമിച്ചുനിന്ന് പൊരുതേണ്ടതാണ്. അതിൽ രണ്ടുപക്ഷമില്ല. അത് ഇനിയും വൈകിച്ചാൽ, ചെയ്യാതിരുന്നാൽ നമ്മളും ആ മഹാപാപത്തിന്റെ കാരണക്കാരായിത്തീരുമെന്ന് ഉറപ്പാണ്. പല രൂപത്തിലും ഭാവത്തിലും ആ വിഷത്തെ നിയന്ത്രിക്കാൻ പ്രവർത്തിക്കുന്നതായി മാധ്യമദ്വാരാ സകല സമയവും കാണുന്നുണ്ടെങ്കിലും ഒന്നുംതന്നെ വേണ്ടവിധത്തിൽ ഫലമുണ്ടാവുന്നില്ല. ഈ വിഷയത്തിൽ പ്രകടനത്തിനല്ല, പ്രവൃത്തിക്കാണ് പ്രാധാന്യം നൽകേണ്ടത് എന്നാണ് എനിക്ക് തോന്നുന്നത്.

ഇത്തരത്തിലുള്ള മാരക വിഷങ്ങളുടെ ഉപയോഗംമൂലം മനുഷ്യരിലും ജന്തുക്കളിലും മറ്റു ജീവജാലങ്ങളിലും വരുന്ന ജനിതകമാറ്റങ്ങളെക്കുറിച്ച് പലരും പഠനം നടത്തുകയും അത് അതിന്റേതായ അധികാരികൾക്ക് സമർപ്പിക്കുകയുമൊക്കെ ചെയ്തിട്ടുള്ളതായി മാധ്യമങ്ങളിൽ നിന്ന് അറിയുന്നു. എന്നാൽ ജനങ്ങളാൽ തിരഞ്ഞെടുത്ത സർക്കാരുകൾ ജനങ്ങൾക്കെതിരെനിന്ന് വിഷോൽപ്പാദകർക്ക് സ്തുതി പാടുന്നത് വേദനിപ്പിക്കുന്ന കാഴ്ചയാണ്.

ദൃശ്യ-ശ്രവ്യമാധ്യമങ്ങളിൽനിന്ന് കാണുന്ന കാഴ്ച ഭയാനകംതന്നെ. വിഷപ്രയോഗത്തിന്റെ ദൂഷ്യഫലങ്ങൾ കാസർകോടൻ ഗ്രാമങ്ങളിൽനിന്നാണ് ആദ്യം പുറത്തുവന്നതെങ്കിൽ ഇന്ന് മറ്റുജില്ലകളിലേക്കും വ്യാപിച്ചിരിക്കുന്നു. വയനാട്ടിൽനിന്നും പാലക്കാടിന്റെ കിഴക്കൻമേഖലയിൽനിന്നുമൊക്കെ ദാരുണമായി ജീവിക്കുന്നവരെപ്പറ്റിയുള്ള വിവരങ്ങൾ പുറത്തുവരുന്നു. അതിൽ, വയർ പെരുകുന്നവർ, തല വലുതാവുന്നവർ, കൈകാലുകൾക്ക് സ്വാധീനം നഷ്ടപ്പെട്ടവർ, ഭക്ഷണം കഴിക്കാൻ സാധിക്കാത്തവർ ഇങ്ങനെ പലവിധത്തിലുള്ളവരെ കാണുമ്പോൾ കണ്ണുനിറയുന്നു. ഇങ്ങനെയൊക്കെ കണ്ടിട്ടും ഈ നരാധമന്മാർക്ക് മനസിലാവുന്നില്ലല്ലോ എന്നതാണ് കഷ്ടം.

മനുഷ്യന്റെ ബുദ്ധിയെ ദൈവീകമെന്നും രാക്ഷസീയമെന്നും രണ്ടായി ഭഗവദ്ഗീതയിൽ പറയുന്നുണ്ട്. അതിൽ ആദ്യം പറഞ്ഞത് ഇപ്പോൾ തീരെ നഷ്ടപ്പെട്ടുവോ എന്ന് സംശയിക്കുകയാണ്. ഇതിന്റെ ഉത്തരവാദിത്വം തികച്ചും ഭരണാധികാരികൾക്കുതന്നെയാണ്. സംസ്ഥാനത്തിലെയും കേന്ദ്രത്തിലെയും അധികാരികൾക്ക് ഇതിൽ തുല്യമായ പങ്കുണ്ടെന്നാണ് എനിക്കു പറയാനുള്ളത്. അതുകൊണ്ട് ഭരണകർത്താ

ക്കൾ ഉറക്കത്തിൽനിന്ന് ഉണർന്ന് എത്രയും പെട്ടെന്ന് കൊടുംവിഷമായ ആ കീടനാശിനിയെ ഒരുതരത്തിലും ഇവിടെ ഉപയോഗിക്കാൻ പാടില്ലാത്ത വിധത്തിൽ നിർമാർജനം ചെയ്യണമെന്നാണ് എന്റെ അഭിപ്രായം. സർക്കാരുകളും അനുബന്ധസ്ഥാപനങ്ങളും അത് ചെയ്യുന്നില്ലെങ്കിൽ പ്രകൃതിയെയും ജീവജാലങ്ങളെയും സ്നേഹിക്കുന്നവർ ഇത്തരത്തിലുള്ള കീടനാശിനികളുടെ നിർമാർജന പ്രക്രിയ ഏറ്റെടുക്കേണ്ട സമയം അതിക്രമിച്ചിരിക്കുന്നു. അത് ചെയ്തില്ലെങ്കിൽ നമ്മുടെ വരുംതലമുറ അനുഭവിക്കേണ്ടിവരുന്ന ദുരിതം പ്രവചനാതീതമായിരിക്കും.

(*മലയാളമനോരമ* ദിനപത്രത്തിലേക്ക് അയച്ചുകൊടുത്തത്)

5

ആയുർവേദ ഔഷധങ്ങളും സൗന്ദര്യവർധക സ്വഭാവവും

ഈ വിഷയത്തിൽ എഴുതി തുടങ്ങിയാൽ അവസാനിപ്പിക്കാൻ വിഷമിക്കുന്നത്ര വിഷയങ്ങളുണ്ടെങ്കിലും പ്രസക്ത വിഷയങ്ങൾ മാത്രമായി ചുരുക്കി വിവരിക്കാൻ ശ്രമിയ്ക്കാം.

*അഷ്ടാംഗഹൃദയ*ത്തിൽ രസായനവിധാനാധ്യായത്തിൽ അവസാനഭാഗത്ത് പറയുന്ന 'ഗായത്രീശിഖിശിംശിപാസനശിവാ' എന്ന് തുടങ്ങുന്ന നാരസിംഹരസായനമാണ് ഇവിടെ വിഷയമാവുന്നത്. സാധാരണ രസായനനിർമാണങ്ങളിൽനിന്ന് ഏറെ വ്യത്യസ്തമായ ശൈലിയിലാണ് ഈ രസായനത്തെ ആചാര്യൻ ശാസ്ത്രത്തിൽ വിധിച്ചിട്ടുള്ളത്. ആ രസായനവിധി അത്യന്തം ഫലപ്രദമാണ് എന്നതും ദൃഷ്ടാന്തമാണ്. അച്ഛന്റെ ഇളയ സഹോദരിയെ വിവാഹം കഴിച്ച ഭാഗവതോത്തമൻ വൈശ്രവണത്ത് രാമൻ നമ്പൂതിരി വിവാഹം കഴിക്കുന്ന കാലത്ത് ആരോഗ്യം വളരെ കുറഞ്ഞ ആളായിരുന്നു. വിവാഹം കഴിഞ്ഞതിനുശേഷം പിതാമഹൻ ഇവിടെവെച്ച് നാരസിംഹരസായനം അതിന്റെ പൂർവാംഗങ്ങളോടുകൂടി സേവിപ്പിക്കുകയുണ്ടായിട്ടുണ്ട്. അക്കാലത്ത് ഞാൻ ജനിച്ചിട്ടുണ്ടായിരുന്നുവെങ്കിലും കൃത്യമായി ഓർമവെച്ചുതുടങ്ങിയിട്ടുണ്ടായിരുന്നില്ല. ചിലതൊക്കെ ഓർക്കുന്നുണ്ടെന്നുമാത്രം. രസായനസേവയുടെ വിധാനം ഒരുമാസമാണ്. അത്രയും നല്ലരിയ്ക്കയുമുണ്ട്. അക്കാലത്ത് പഥ്യവും അനുശാസിക്കുന്നുണ്ട്. ഇപ്രകാരം മൂന്നു-നാലുമാസം കഴിഞ്ഞപ്പോഴേക്കും അദ്ദേഹത്തിന്റെ ദേഹപ്രകൃതിക്ക് മാറ്റംവന്നു. ആരോഗ്യസ്ഥിതി മാറി. പൂർവാധികം ദേഹബലവും വർണവും ഓജസ്സും ആത്മവീര്യവും മറ്റുമുണ്ടായി. അദ്ദേഹത്തെ കണ്ടിട്ടുള്ള എല്ലാവർക്കും അറിയാവുന്ന കാര്യമാണിത്.

ഈ രസായനത്തിന്റെ നിർമാണം ഇരുമ്പുപാത്രത്തിലാണ് പതിവ്.

കഞ്ഞുണ്ണിനീരിൽ നല്ല ഇരുമ്പിന്റെ കഷ്ണം ഇട്ട് വെയിലത്തുവെച്ച തിനുശേഷമാണ് അതിനെ പാകം ചെയ്യാറുള്ളത്. നെയ്യാണ് അതിൽ ചേർക്കാറുള്ളതെങ്കിലും ഹൈയംഗവീനം എന്നാണ് പദപ്രയോഗം. ഹൈയംഗവീനം എന്ന് പറഞ്ഞാൽ അതാതുദിവസം തൈര് കലക്കി എടുത്ത വെണ്ണ എന്നർഥം.

രസായനത്തിൽ കുടീപ്രാവേശികമെന്നും വാതാതപികമെന്നും രണ്ടുവിധത്തിൽ വിധിക്കുന്നുണ്ട്. അതിൽ വാതാതപികവിധാനമാണ് നാരസിംഹരസായനത്തിന്റേത്. രാത്രിയിൽ ഭക്ഷണം ഒഴിവാക്കി ഒരു പലം രസായനം സേവിച്ച് പാലും കഴിച്ച് കിടക്കുക. ആ രസായനത്തിന്റെ വിധി *അഷ്ടാംഗഹൃദയ*ത്തിലെ സാഹിത്യവിചാരത്തിൽ അത്യന്തം മനോഹരങ്ങളാണെന്നുകൂടി പറയേണ്ടിവരും. അത് കഴിച്ചാലത്തെ ഫലം പറയുന്നു.

ശ്രീമാന്നിർദ്ധൂതപാപ്മാ വനമഹിഷബലോ
വാജിവേഗഃ സ്ഥിരാംഗഃ
കേശൈർഭൃംഗാഗനീലൈർമ്മധുസുരഭിമുഖോ
നൈകയോഷിന്നിഷേവീ
വാങ്മേധാധീസമൃദ്ധഃ സുപടുഹുതവഹോ
മാസമാത്രോപയോഗാ-
ദ്ധത്തേ/സൗ നാരസിംഹം വപുരനലശിഖാ-
തപ്തചാമീകരാഭം.

അതായത് ശ്രീമാനായിട്ടും പാപമില്ലാത്തവനായിട്ടും കാട്ടുപോത്തിന്റെ അത്ര ദേഹബലത്തോടുകൂടിയവനായിട്ടും കുതിരയുടെ വേഗം പോലെ വേഗമുള്ളവനായിട്ടും അംഗപ്രത്യംഗങ്ങൾക്ക് സ്ഥൈര്യമുള്ള വനായിട്ടും കറുത്തിരുണ്ടമുടിയോടുകൂടിയവനായിട്ടും മധുരരസം വായിൽ ഊറുന്നവനും സുഗന്ധത്തോടുകൂടിയ മുഖമുള്ളവനായിട്ടും ഒരേസമയം കൂടതൽ സ്ത്രീകളുമായി രമിക്കാൻ സാധിക്കുന്നവനായിട്ടും വാക്ക്, ബുദ്ധി, മേധ തുടങ്ങിയവ ധാരാളമുള്ളവനായിട്ടും അഗ്നി ബലമുള്ളവനായിട്ടും ഭവിക്കുമെന്നാണ് മുകളിൽ പറഞ്ഞ ശ്ലോകത്തിന്റെ ഫലശ്രുതി. ശ്ലോകത്തിലെ ഓരോ ശബ്ദങ്ങൾക്കും മനോഹരമായ ശൈലീഭംഗിയാണുള്ളത്.

ഈ അധ്യായത്തിൽ അതായത് ഈ രസായനം വിധിച്ച ഭാഗത്തു നിന്ന് രണ്ടോ മൂന്നോ ശ്ലോകങ്ങൾ കഴിഞ്ഞാൽ

അനേനൈവ ച കല്പേന യസ്തൈലമുപയോജയേൽ
താനേവാപ്നോതി സ ഗുണാൻ കൃഷ്ണകേശശ്ച ജായതേ

എന്നൊരു ശ്ലോകമുണ്ട്. ആ ശ്ലോകത്തെ അടിസ്ഥാനപ്പെടുത്തി ഈ യോഗംകൊണ്ട് ആദ്യമായി വെളിച്ചെണ്ണ കാച്ചിയത് ഇവിടെയാണ്. നാരസിംഹം വെളിച്ചെണ്ണ എന്നാണ് അതിന് പേര് കൊടുത്തത്. ഇങ്ങനെയുള്ള യോഗങ്ങളെ സൗന്ദര്യവർധകത്തിൽ പെടുത്തുകയാണെങ്കിൽ രസായനാധ്യായത്തിൽ മറ്റനേകം ഔഷധങ്ങളെയും ഇതുപോലെ ചെയ്യേണ്ടിവരും. ഈ അധ്യായത്തിൽത്തന്നെ മറ്റൊരു ദിക്കിൽ,

ദിനേദിനേ കൃഷ്ണതിലപ്രകുഞ്ചം
സമശ്നതാം ശീതജലാനുപാനം
പോഷഃ ശരീരസ്യ ഭവത്യനല്പോ
ദൃഢീഭവന്ത്യാമരണാച്ച ദന്താഃ എന്ന് കാണാം. ഇങ്ങനെ വരുമ്പോൾ ഈ കൃഷ്ണതിലവും സൗന്ദര്യവർധകവിഭാഗത്തിൽ പെടില്ലേ?. ഇതു പോലെ അനേകം ഉദാഹരണങ്ങൾ എഴുതാനും പറയാനുമുണ്ടായെന്ന് വരും. അങ്ങനെ നോക്കുമ്പോൾ ആരോഗ്യ വർധകങ്ങളായ എല്ലാംതന്നെ സൗന്ദര്യവർധകങ്ങളല്ലേ? സൗന്ദര്യ വർധകങ്ങൾ എന്ന വിഭാഗത്തിൽ പലതിനെയും ഉൾപ്പെടുത്തി അവയ്ക്ക് വിൽപ്പനനികുതി കൂടുതൽ ഈടാക്കുന്നത് അത്യന്തം അനുചിതമാണ്.

മുമ്പൊരിക്കൽ തൈലങ്ങളെയെല്ലാം ഉൾപ്പെടുത്തി 'കുളിത്തേപ്പെ ണ്ണകൾ' എന്ന പേർ ചുമത്തി നികുതി വർധിപ്പിക്കുകയുണ്ടായി. ആ കാലത്തും ഇതുപോലെ ഒരു അഭിപ്രായം എഴുതുകയുണ്ടായിട്ടുണ്ട്. ഇക്കൂട്ടത്തിൽ ഒന്നുകൂടി പറയാൻ ആഗ്രഹിക്കുന്നു. ഇത്തരം ഔഷധ ങ്ങളുടെ നിർമാതാക്കൾ ഒരു പരിമിതമായ വില നിശ്ചയിക്കുകയാണ് ഔചിത്യമെന്നും എനിക്കു തോന്നുന്നു. ഇപ്പോൾ പല ഔഷധങ്ങളു ടെയും വില അധികമാണെന്നു തോന്നാറുണ്ട്. അതിൽ പകുതി വിലയിട്ട് വിൽപ്പന നടത്തിയാൽത്തന്നെ ആവശ്യം നടക്കുമെന്നാണ് തോന്നുന്നത്.

ശാസ്ത്രത്തിൽ വിധിക്കുന്ന സമ്പ്രദായത്തെ കൃത്യമായി അനുസ രിച്ചാണോ പലരുമിപ്പോൾ ഈ യോഗം ഉണ്ടാക്കുന്നതെന്നും ചിന്തിക്കേ ണ്ടതാണ്. ഇതിന്റെ നിർമാണം വളരെ ക്ലേശമുള്ളതാണെന്ന് മുകളിൽ സൂചിപ്പിച്ചതിൽനിന്നുതന്നെ മനസിലായിക്കാണുമല്ലോ. ആയുർവേദ ഔഷധങ്ങൾ ഹോർമോണുകളോ സ്റ്റിയറോയിഡുകളോ അതുപോലെ യുള്ള മറ്റ് കൃത്രിമത്വമുള്ള വസ്തുക്കളോ ചേർക്കാതെയാണ് ഉണ്ടാക്കേ ണ്ടത്. ഇതൊക്കെ അക്ഷരംപ്രതി എല്ലാവരും അനുസരിക്കുന്നത് ഔഷധങ്ങളുടെ ഗുണനിലവാരം വർധിപ്പിക്കുമെന്നതിൽ സംശയമില്ല.

(*മാതൃഭൂമി* ദിനപത്രത്തിൽ
പ്രസിദ്ധീകരിക്കാനായി അയച്ചുകൊടുത്തത്)

6

ആയുർവേദത്തിനു കിട്ടിയ പുതുവത്സരാശംസ

രണ്ടായിരത്തി പന്ത്രണ്ട് എന്ന പുതുവർഷം പുലർന്ന് ദിനപത്രം കൈയിലെടുത്ത് വായന തുടങ്ങിയപ്പോൾ (*മലയാളമനോരമ*യുടെ 11-ാം പേജിൽ) ആദ്യമായി കണ്ണിൽപ്പെട്ടത് 'ആയുർവേദ മരുന്നു നിർമാണത്തിൽ നിയന്ത്രണവുമായി കേന്ദ്രസർക്കാർ' എന്ന തലക്കെട്ടായിരുന്നു. അത് മുഴുവൻ വായിച്ചു നോക്കി. ആ റിപ്പോർട്ട് അനുസരിച്ചുള്ള നടപടിക്രമങ്ങൾക്ക് പോവുകയാണെങ്കിൽ ഞങ്ങളെപ്പോലുള്ള വൈദ്യന്മാർക്കും ആയുർവേദ ഔഷധ നിർമാതാക്കൾക്കും പരമാവധി ഉപദ്രവം ചെയ്യും എന്നതിൽ സംശയമില്ല. ഞാൻ ഈ രംഗത്ത് പ്രവർത്തിക്കാൻ തുടങ്ങിയിട്ട് അറുപത്തിരണ്ടുകൊല്ലത്തിലേറെയായി. ഗുരുകുലസമ്പ്രദായമനുസരിച്ച് പിതാമഹന്റെ അടുത്ത് ശാസ്ത്രം പഠിച്ച് അദ്ദേഹത്തിന്റെ ഒപ്പം നടന്ന് പരിശീലനം നേടിയ ഒരു വൃദ്ധവൈദ്യനാണ്. അതിൽ അമ്പതു കൊല്ലത്തിലേറെക്കാലമായി ഈ റിപ്പോർട്ടിൽ വിശദീകരിക്കുന്നമാതിരിയുള്ള പല കാര്യങ്ങളും (അനുഭവത്തിന്റെ വെളിച്ചത്തിൽ ഉരുത്തിരിഞ്ഞ് വരുന്ന മരുന്നുകൾ ഉണ്ടാക്കി) പ്രയോഗത്തിൽ വരുത്തിക്കൊണ്ടിരിക്കുന്നുണ്ട്. അത് രോഗികളിൽ നല്ല ഫലവും കാണുന്നുണ്ട്. അങ്ങനെയുള്ള അവസരത്തിൽ അതിന് പ്രതികൂലാവസ്ഥ സൃഷ്ടിക്കുകയാണെങ്കിൽ അത് അനുഭവിക്കേണ്ടിവരുന്നത് ഞങ്ങളേപ്പോലുള്ള വൈദ്യന്മാരായിരിക്കില്ല മറിച്ച് ഞങ്ങളെ ആശ്രയിക്കുന്ന ആയിരക്കണക്കിന് രോഗികളായിരിക്കുമെന്നത് മറക്കാതിരുന്നാൽ നന്ന്. അതിൽ ഈ നിയമം നടപ്പിൽ വരുത്തുന്നവരുംകൂടി ഉൾപ്പെടുമ്പോഴാണ് അതിന്റെ ഗൗരവം മനസിലാവുകയുള്ളൂ. എലിയെ കൊല്ലാൻ ഇല്ലം ചുടുക എന്നപോലെയാകും.

ഞങ്ങളെപ്പോലുള്ളവർ കൊടുക്കുന്ന ആയുർവേദ ഔഷധങ്ങളെല്ലാംതന്നെ ആചാര്യന്മാർ ശാസ്ത്രത്തിൽ വിധിക്കുന്ന യോഗങ്ങളാണ്.

എന്നാൽ ചില സന്ദർഭത്തിൽ രോഗങ്ങളുടെ അവസ്ഥയ്ക്കനുസരിച്ച് കേവലം ഒരു യോഗംകൊണ്ടു മാത്രം നേടാൻ കഴിയാതെ വരുമ്പോൾ അതായത് രോഗങ്ങളുടെ സ്വഭാവമാറ്റം, തീക്ഷ്ണത, ഗൗരവം, അടിയന്തര സ്വഭാവം എന്നിവ മൂലമാണ് നിലവിലുള്ള മരുന്നുകളിൽ പുതിയ ചേരുവകൾ ചേർക്കേണ്ടി വരുന്നത്. കൂടാതെ കൂടുതൽ യുക്തമായ മറ്റു യോഗങ്ങൾകൂടി ചേർത്ത് കൊടുത്തു വരിക എന്നത് ഇന്നല്ല, ആയുർവേദത്തിന്റെ ആദ്യകാലം മുതൽ ചെയ്തുവരുന്ന സമ്പ്രദായമാണ്. ഒരു ഉദാഹരണം പറയാം.

ആയുർവേദത്തിൽ, പനിചികിത്സയിൽ, പാചനാമൃതം എന്ന ഒരു പ്രസിദ്ധമായൊരു യോഗമുണ്ട്.

അമൃതോശീരവാശാബ്ദവിശ്വഭൂനിംബ വാളകൈ:
സ പർപ്പടക ധാന്വാക ധന്വയാഷൈർവിപാചിതം
പാകം ജ്വരേഷു പാതവ്യം പാചനാമൃത സന്നിതം.

എന്നാണ് ആ യോഗം. ഇതിൽ പത്തുകൂട്ടം മരുന്നുകളാണുള്ളത്. ഈ പത്തുകൂട്ടത്തിൽ വ്യത്യസ്തമായ ഔഷധങ്ങളെ ഒഴിവാക്കിയും വർധിപ്പിച്ചും പനിയുടെ അവസ്ഥക്കനുസരിച്ച് കൊടുത്തുവരാറുണ്ട്. ഞങ്ങളുടെ കുടുംബക്കാർ ഈ വിഷയം ഇതേരൂപത്തിൽ താളിയോലയിൽ എഴുതി വെച്ചതായും കാണുന്നുണ്ട്.

അതുപോലെ

ചിത്രകേന്ദ്രയവേ പാഠാ കടുകാതിവിഷാഭയാ
വാതവ്യാധിപ്രശമനോ യോഗഃ ഷഡ്ധരണഃ സ്മൃതഃ എന്ന ചിത്രകാദി കഷായം യോഗം *സുശ്രുതസംഹിത*യിൽ വാതരോഗത്തിൽ വിധിക്കുന്നുണ്ട്. ഇതേ യോഗംതന്നെ വാഗ്ഭടാചാര്യർ *അഷ്ടാംഗസംഗ്രഹ*ത്തിൽ 'ദാർവീകലിംഗകടുകാദിവിഷാഗ്നിപാഠാ മൂത്രേണസൂക്ഷ്മരജസാ' എന്ന് ഒരു മരുന്നിന്റെ മാറ്റത്തിൽ ഷഢരണം എന്ന പേരിൽ പറയുന്നുണ്ട്. ഇതുരണ്ടും കൂടിയുള്ള മാറ്റം ചിത്രകാദിയിൽ കാണുന്ന 'അഭയ'യ്ക്ക് പകരം ഷഢരണത്തിൽ 'ദാർവി' ആണെന്നതു മാത്രമാണ്. ഈ ചേരുവകളുടെ മാറ്റം വൈദ്യന്റെ യുക്തിയല്ല, ആചാര്യൻ വിധിക്കുന്ന കാര്യമാണ്. ഇതിൽ ഒരു യോഗം മാത്രം കൊടുത്താൽ പോര എന്ന് തോന്നുന്ന സന്ദർഭത്തിൽ അതോടുകൂടി,

ബലാസഹചരൈരെണ്ഡ ശുണ്ഠീരാസ്നാ സുരദ്രുമൈഃ
സസിന്ദുവാര ലശൂനൈരഷ്ടവർഗോ/നിലാപഹ:

എന്ന വാതഹരമായ അഷ്ടവർഗയോഗം ചേർത്ത് കൊടുക്കുക എന്നത് വൈദ്യന്റെ ധർമങ്ങളിൽ ഒന്നാണ്.

ആയുർവേദ ശാസ്ത്രത്തിൽ വൈദ്യന്റെ യുക്തിക്കനുസരിച്ച് അതാത് സമയത്ത് വേണ്ട മാറ്റങ്ങൾ ചെയ്യാൻ ആചാര്യന്മാർ അനുവാദം തന്നിട്ടുണ്ട്.

അഭ്യാസാൽ പ്രാപ്യതേ ദൃഷ്ടി: കർമ്മസിദ്ധിപ്രകാശന:
രത്നാദിസദസജ്ഞാനം ന ശാസ്ത്രാദേവജായതേ

എന്നാണ് ആചാര്യൻ ശാസ്ത്രത്തിൽ പറയുന്നത്. അതുപോലെ

വ്യാധേ തത്വപരിജ്ഞാനം വേദനായാശ്ച കൃന്തനം
ഏതദ്വൈദ്യസ്യ വൈദ്യത്വം ന വൈദ്യഃ പ്രഭുരായുഷഃ

എന്നും

അജ്ഞാതശാസ്ത്രസദ്ഭാവാൻ ശാസ്ത്രമാത്രപരായണാൻ
ത്യജേദ്ദൂരാദ്ഭിഷക്പാശാൻ പാശാൻ വൈവസ്വതാനിവ

അങ്ങനെയുള്ള വൈദ്യന്മാർ കാലന്റെ കയറുപോലെയാണെന്നു മൊക്കെ ശാസ്ത്രം പ്രത്യേകം ഓർമിപ്പിക്കുന്നുണ്ട്.

ആയുർവേദ മരുന്നുകൾക്ക് സാമാന്യേന പാർശ്വഫലങ്ങൾ കുറവാണ്. മറിച്ച് ആധുനിക ശാസ്ത്ര ഔഷധങ്ങൾക്ക് അങ്ങനെയല്ല. അവ ആപൽക്കരമായ പാർശ്വഫലങ്ങൾ ഉണ്ടാക്കുന്ന അനുഭവങ്ങളും കണ്ടിട്ടുണ്ട്. ചിക്കൻഗുനിയ എന്ന രോഗത്തിന് ചികിത്സ ചെയ്ത് അനർഥ ഫലങ്ങൾ ഉണ്ടായി അവശമായ അവസ്ഥയിൽ രണ്ടോ മൂന്നോ രോഗികൾ ഈയിടെ വന്നിരുന്നു. ചിക്കൻ ഗുനിയയ്ക്ക് കഴിച്ച മരുന്നിന്റെ പാർശ്വ ഫലം മൂലം വന്നിരുന്ന രക്തവാതമായിരുന്നു ദീനം. ഇതുപോലെ മുമ്പും പല സന്ദർഭങ്ങളിൽ പല രോഗങ്ങളുടെ വിഷയത്തിലും അനുഭവങ്ങൾ ഉണ്ടായിട്ടുണ്ട്. ആയുർവേദ ശാസ്ത്ര ദ്വാരാ യോഗങ്ങളുടെ ചേരുവകൾകൊണ്ട് പ്രയോഗിക്കുന്ന ഔഷധങ്ങളുടെ വിഷയത്തിൽ ഇതുപോലെ അഹിതമായ അനുഭവം ഉണ്ടായതായി അറുപതിലേറെ വർഷത്തെ എന്റെ ചികിത്സാനുഭവത്തിൽ തോന്നുന്നില്ല. ഇതുകൊണ്ടുതന്നെയായിരിക്കണം ആയുർവേദ ചികിത്സയ്ക്ക് പാശ്ചാത്യനാടുകളിൽ പ്രചാരം സിദ്ധിക്കാനുള്ള പ്രധാന കാരണം. വേദകാലം മുതൽ അതായത് വേദത്തിൽക്കൂടി പല ഭാഗങ്ങളിലായി പരാമർശിച്ചു വരുന്ന ആർഷ ഭാരതത്തിന്റെ സ്ഥൂലരൂപമായ ആരോഗ്യ സമ്പത്ത് എന്ന് തുടങ്ങി എന്നോ ആര് തുടങ്ങി എന്നോ ഇന്നും അജ്ഞാതമാണ്. ലോകത്തിൽ ഇന്ന് ആയുർവേദ ചികിത്സ ഏറക്കുറെ അതിന്റെ വിധിപ്രകാരം നടത്തുന്നത് കേരളത്തിലാണെന്നു പറയാം. അതും ക്രമത്തിൽ കുറഞ്ഞു വരുന്നുണ്ടോ എന്ന ഭയം തോന്നുന്നുണ്ട്.

രണ്ടുദിവസം മുമ്പെ ഹോളണ്ടിൽനിന്ന് രണ്ടുപേർ പാരമ്പര്യ ആയുർവേദ പഠനത്തെക്കുറിച്ച് അതായത് ഗുരുകുല സമ്പ്രദായത്തിലുള്ള പഠനത്തെക്കുറിച്ച് അറിയാൻ ഇവിടെ വരികയുണ്ടായി. അവരുമായി കുറച്ചുനേരം സംസാരിച്ചിരുന്നപ്പോൾ അവരിൽ ഒരാളുടെ മകൻ പ്രാഥമിക വിദ്യാഭ്യാസം കഴിഞ്ഞ് ഇവിടേക്ക് വരികയാണെങ്കിൽ പഠിപ്പിക്കാൻ പറ്റുമോ എന്ന് ചോദിക്കുകയും ചെയ്തു. ഇതുപോലെ രണ്ടോ-മൂന്നോ കൊല്ലങ്ങൾക്ക് മുമ്പ് ഡൽഹിയിൽനിന്ന് ആയുഷ് വിഭാഗത്തിൽനിന്ന് രണ്ടുമൂന്നുപേർ വരികയും പലവിഷയങ്ങളും സംസാരിക്കുകയും ചെയ്തകൂട്ടത്തിൽ അവർ ആരെയെങ്കിലും അയയ്ക്കുകയാണെങ്കിൽ ഇവിടെ നിർത്തി പരിശീലനം കൊടുക്കാൻ പറ്റുമോ എന്ന് ചോദിച്ചതായും

ഓർക്കുന്നു. ആ വിഭാഗം തന്നെ ഇങ്ങനെ അപക്വമായ തീരുമാനങ്ങൾക്ക് പുറപ്പെടുകയാണെന്ന് കണ്ടപ്പോൾ അത്ഭുതവും നിരാശയും തോന്നി.

പണ്ടൊക്കെ, ശാസ്ത്രത്തിൽ നിർദേശിക്കപ്പെട്ട മരുന്നുകൾ രോഗത്തിന്റെ ശമനത്തിനായി വൈദ്യൻ രോഗികൾക്ക് നിർദേശിച്ചു കഴിഞ്ഞാൽ അവയെല്ലാം അവനവന്റെ തൊടിയിൽ നടന്ന് പറിച്ചുണ്ടാക്കി സ്വയം പാകം ചെയ്ത് സേവിക്കുക എന്നതായിരുന്നു രീതി. ഇന്നത്തെ ധൃതിപിടിച്ച ജീവിതക്രമത്തിൽ അതിനാർക്കും സാധിക്കാതെ വരുമ്പോൾ അവയെ സ്ഥാപനദ്വാരാ നിർമിക്കാൻ ഞങ്ങളേപ്പോലുള്ളവരെ നിർബന്ധിതരാക്കുകയാണ് ചെയ്തിരിക്കുന്നത്. അങ്ങനെയാണ് ഇവയുടെ ഉത്ഭവം എന്ന് പറയേണ്ടിവരും.

മുടി വളരാനും വയറു കുറയാനും സന്ധിവേദന മാറാനും ഉത്തമ ഔഷധം എന്ന പേരിൽ ദൃശ്യ-ശ്രവ്യ മാധ്യമദ്വാരാ ആയുർവേദത്തിന്റെ പേരിൽ നിരന്തരം പരസ്യം നൽകി സാധാരണക്കാരെ കബളിപ്പിക്കുന്നു. ആയുർവേദത്തിലെ പഞ്ചശോധനകർമങ്ങളെ സുഖചികിത്സയുടെ പേരിൽ ദുരുപയോഗം ചെയ്യുന്നു. ആരോഗ്യശാസ്ത്രമായ ആയുർവേദത്തെ വികൃതമാക്കുന്ന ഇത്തരക്കാരെയാണ് നിയമത്തിന് വിധേയരാക്കേണ്ടത്.

ലോകസമൂഹം ആധുനിക ആരോഗ്യശാസ്ത്രമായ അലോപ്പതി ചികിത്സയെ ആശ്രയിക്കുന്നതുപോലെതന്നെ ഭാരതീയ ആരോഗ്യശാസ്ത്രമായ ആയുർവേദ ചികിത്സയെയും ആശ്രയിക്കുന്നുണ്ട്. കൂടാതെ വിവിധങ്ങളായ മറ്റ് ആരോഗ്യശാസ്ത്രശാഖക്കാർ ആയുർവേദത്തെയും ആയുർവേദക്കാർ തിരിച്ച് അവരെയും ആശ്രയിക്കുന്നുണ്ട്. അങ്ങനെ പരസ്പരം ആശ്രയിച്ചുകഴിയുന്ന ശാസ്ത്രശാഖകളിൽ ഒന്നാണ് ആയുർവേദ ആരോഗ്യശാസ്ത്രം. ഇത്രയും ഉത്കൃഷ്ടവും ഉന്നതവും ഉപയോഗപ്രദവുമായ ഒരു ഭാരതീയ പൂർവീക ആരോഗ്യശാസ്ത്രത്തെ വളച്ചൊടിച്ച് വഷളാക്കിത്തീർക്കാൻ പ്രയത്നിക്കുന്നത് അത്യന്തം കഷ്ടമെന്നേ പറയാനുള്ളൂ.

ആയുർവേദ മരുന്നുകളുടെ ഒരു ഏകദേശ സ്വഭാവമെങ്കിലും യഥാവിധി നിലനിർത്തിക്കൊണ്ട് ചികിത്സിക്കുന്ന വൈദ്യന്മാരുടെ അളവ് ക്രമത്തിൽ കുറഞ്ഞു വരികയാണ്. അങ്ങനെയുള്ള അവസ്ഥയിൽ അത്തരത്തിലുള്ള ആയുർവേദ വൈദ്യന്മാരുടെ സാമൂഹിക പ്രതിബദ്ധതയെ സർക്കാർ പ്രോത്സാഹിപ്പിക്കുകയാണ് വേണ്ടത്. അതോടൊപ്പം വ്യാജമരുന്നുനിർമാതാക്കളുടെയും മറ്റും പ്രവൃത്തികളെ നിയമരൂപേണ തടയുകയും വേണം. അല്ലാതെ ആയുർവേദമരുന്നുകളെ മുഴുവൻ നിയന്ത്രിക്കുന്ന തരത്തിലുള്ള നിയമം ജനദ്രോഹമാണെന്ന് പറയാതെ നിവൃത്തിയില്ല. ഒരു സർക്കാർ ജനഹിതത്തിനായിട്ടാണ് ജനദ്രോഹത്തിനായിട്ടല്ല പ്രവർത്തിക്കേണ്ടത്.

ഈ വിഷയത്തിൽ നമ്മുടെ നാട്ടുകാരായ അഥവാ കേരളീയരായ ജനപ്രതിനിധികൾ, സംസ്ഥാന-കേന്ദ്ര മന്ത്രിമാർ ഇവരെല്ലാം യഥോചി

തമായി വേണ്ടവിധം പ്രതികരിച്ച് ആ നിയമനിർമാണത്തെ സ്തംഭിപ്പിക്കാതിരുന്നാൽ അവശരായെത്തുന്ന ആലംബഹീനരായ രോഗികൾ അവതാളത്തിൽപ്പെട്ട് അലയുമെന്നതിൽ സംശയമില്ല. അതുകൊണ്ട് ആയുർവേദത്തിന്റെ രക്ഷക്കായി ഇതിനുവേണ്ട പ്രതിവിധികൾ ഉടനടി ചെയ്യേണ്ടതാണ് എന്നേ ഈ അവസരത്തിൽ എനിക്ക് വിനീതമായി പറയാനുള്ളൂ. ഓരോരുത്തരും അവരവരുടെ കഴിവനുസരിച്ച് പ്രവർത്തിച്ചു കാണാൻ പ്രാർഥിച്ചുകൊള്ളുന്നു.

(*മലയാളമനോരമ* ദിനപത്രത്തിലേക്ക്
അയച്ചുകൊടുത്തത്) 2012 ജനുവരി 4

7

മലയാളിയുടെ മദ്യോപഭോഗം

മലയാളിയുടെ മദ്യോപഭോഗം ജാതി-മത-ലിംഗഭേദമെന്യേ അനുദിനം വർധിച്ചുകൊണ്ടിരിക്കുന്ന കാഴ്ചയാണ് നാം കാണുന്നത്. സന്തോഷമായാലും സങ്കടമായാലും മദ്യത്തിലാണ് ചെന്നവസാനിക്കുന്നത്. അതിന്റെ ദൂഷ്യഫലങ്ങൾ അതുപയോഗിക്കുന്നവരെക്കൂടാതെ സമൂഹവും അനുഭവിക്കേണ്ടിവരുന്നു എന്നൊരു ദുരവസ്ഥ മലയാളികളായ നാംമെല്ലാവരും തിരിച്ചറിഞ്ഞ് പ്രതികരിക്കേണ്ടകാലം അതിക്രമിച്ചിരിക്കുന്നു എന്നുതന്നെ പറയാം.

അയ്യായിരത്തോളം കൊല്ലങ്ങൾക്കുമുമ്പ് ആവിർഭവിച്ചിട്ടുള്ള ആരോഗ്യശാസ്ത്രമായ ആയുർവേദം മദ്യത്തെക്കുറിച്ച് വളരെ വിശദമായി പ്രതിപാദിച്ചിട്ടുണ്ട്. പക്ഷേ, അന്ന് ശാസ്ത്രത്തിൽ പറഞ്ഞ മദ്യവും ഇന്ന് ഉപയോഗിച്ചുവരുന്ന മദ്യവും അത്യന്തം വ്യത്യസ്തങ്ങളാണ് എന്നാണ് ഞാൻ മനസിലാക്കിയിട്ടുള്ളത്. ആയുർവേദശാസ്ത്രം മദ്യവർജനത്തെക്കുറിച്ച് അതികണിശമായി പറഞ്ഞിട്ടുണ്ട്. ധർമച്യുതി വരാതിരിക്കാൻ വേണ്ടിയാണ് ഇങ്ങനെ പറഞ്ഞിട്ടുള്ളത് എന്ന് പ്രത്യേകം അറിയേണ്ടതാണ്. മാത്രമല്ല, ആർഷഭാരതത്തിലെ സദാചാരനിബന്ധനകളിൽ പലതിനെയും മദ്യോപയോഗം അപകടപ്പെടുത്തുന്നുമുണ്ട്. എന്നാൽ ഒഴിവാക്കാൻ പറ്റാത്ത ചില ഘട്ടങ്ങളിൽ, ഭരണപരമായ കാര്യങ്ങളിൽ, അതായത് പഴയ സമ്പ്രദായത്തിലെ യുദ്ധത്തിൽ, സൈന്യങ്ങളെ ഊർജസ്വലരാക്കാൻ പണ്ടും മദ്യം പലപ്പോഴും ഉപയോഗിച്ചിരുന്നു എന്നു കരുതേണ്ടിവരും. എങ്കിലും ധർമസംരക്ഷണം നടക്കണമെങ്കിൽ മദ്യത്തെ നിയന്ത്രിച്ചേ മതിയാവൂ. അതുകൊണ്ടാണ് ആയുർവേദത്തിൽ സദാചാരവിവരണത്തിൽ 'മദ്യ വിക്രയ സന്ധാനദാനപാനാനി നാചരേൽ' എന്നു വിധിച്ചിട്ടുള്ളത്. അതിന്റെ അർഥം മദ്യം വിൽക്കുകയോ, കൂട്ടിച്ചേർത്ത് നിർമിക്കുകയോ, കുടിക്കുകയോ ചെയ്യരുത് എന്നാണ്.

ശാസ്ത്രത്തിൽ മദ്യസേവയെക്കുറിച്ചു പറയുന്നത് 'മദ്യം നപേയം പേയം വാ സ്വൽപ്പം സുബഹു വാരി വാ' എന്നാണ്. അതിനർഥം മദ്യം സേവിക്കാൻ പാടില്ലാത്തതാണ്, അഥവാ സേവിക്കുകയാണെങ്കിൽ ത്തന്നെ വളരെ കുറച്ചെ കഴിക്കാവൂ. അതും ധാരാളമായി വെള്ളം ചേർത്തേ കഴിയ്ക്കാവൂ എന്നൊക്കെയാണ് ആ വരിയുടെ താൽപ്പര്യം. ശാസ്ത്രത്തിൽ വളരെ നിഷ്കർഷയായി മദ്യത്തിന്റെ എല്ലാ വിശദ വിവരങ്ങളും വിശകലനംചെയ്ത് വേർതിരിച്ച് മനസിലാക്കിത്തരുന്നുണ്ട്. അതിന്റെ ദു:സ്വഭാവം കാരണം അഥവാ മാദകത്വം കാരണം ശീലിക്കാൻ തുടങ്ങിയാൽ നിയന്ത്രിക്കാൻ കഴിയാത്തൊരവസ്ഥ വരുമെന്ന് പല രുടെയും അനുഭവങ്ങളിൽനിന്ന് തെളിഞ്ഞിട്ടുണ്ട്. ആ ഭയംകൊണ്ടാണ് മദ്യം വർജിക്കേണ്ടതാണെന്ന് നിസ്സംശയം പറയുന്നത്.

മദ്യം എന്ന ദ്രവ്യത്തെക്കുറിച്ച് വിവരിക്കുമ്പോൾ അതിന്റെ ഗുണ ത്തെയും ധർമത്തെയുംകൂടി ഒന്ന് ചിന്തിക്കേണ്ടിവരുമെന്ന് തോന്നുന്നു. മദ്യത്തിന്റെ സ്വഭാവം തീക്ഷ്ണതയോടുകൂടിയതും രൂക്ഷസ്വഭാവ മുള്ളതും വളരെ സൂക്ഷ്മമായതും പുളി(അമ്ല)രസമുള്ളതും ദേഹത്തിൽ എല്ലാഭാഗത്തും വ്യാപിക്കുന്നതും വ്യാപിച്ചാലുടൻ അതിന്റെ പ്രവൃത്തി നടത്തുന്നതും അതേസമയം ലഘുത്വത്തോടു കൂടിയതുമായ ദ്രവ്യ മാകുന്നു. മനുഷ്യന്റെ ഓജസ്സിന്റെ ധർമങ്ങൾക്ക് വിപരീതമായ ധർമമുള്ള ദ്രവ്യമാണ് മദ്യം. ഇതുപോലെതന്നെ തീക്ഷ്ണാദിഗുണങ്ങൾ വിഷ ത്തിനും പറയുന്നുണ്ട്. അതുകൊണ്ട് ഇതുരണ്ടും മരണത്തിനിടവരുത്തു ന്നതാണ്. വിഷം അൽപ്പമാത്രകൊണ്ടും മദ്യം അമിതമാത്ര കൊണ്ടുമാണ് എന്ന വ്യത്യാസം മാത്രം. അതാണ് ആദ്യത്തിൽ 'നപേയം' എന്ന് പറഞ്ഞ തിന് അർഥം. ശരീരത്തിൽ, ഓക്സിജനെ പോഷിപ്പിക്കുന്ന ഗുണങ്ങളെ വിപരീതസ്വഭാവംകൊണ്ട് ശോഷിപ്പിക്കുന്നു എന്നതുകൊണ്ട് നിത്യോ പയോഗത്തിന് അനർഹമാണ് എന്ന് പറയുന്നു. മദ്യത്തിന്റെ ഓജോവി പരീതഗുണപ്രവർത്തനംകൊണ്ട് പ്രത്യേകം ചില വ്യാധികൾ വരുമെന്ന് ശാസ്ത്രത്തിൽ പറയുന്നുണ്ട്. ആ വ്യാധിയിലെ ആദ്യത്തേതാണ് മദം. അതുകൊണ്ട് മനസിന്റെ പ്രവർത്തനക്ഷമതയെ വികൃതമാക്കി അസാധാ രണമാക്കുന്നു. രണ്ടാമത്തേതിനെ പ്രമാദം എന്നാണ് ശാസ്ത്രം പറയു ന്നത്. ആ പ്രമാദത്തിലെത്തിയാൽ സംശയങ്ങളെക്കൊണ്ട് നിറഞ്ഞ് ബുദ്ധി പ്രവർത്തിക്കാതാവും. മൂഢത ബാധിക്കും. സുഖമാണ് എന്ന് നടിക്കുകയും ചെയ്യും. ഇതിന്റെ രണ്ടിന്റെയും ആധിക്യത്തിൽ ജളത്വം അഥവാ ബുദ്ധിമാന്ദ്യം വരുമെന്നുപോലും ശാസ്ത്രത്തിൽ പറഞ്ഞുകാ ണുന്നു. ആ സന്ദർഭത്തിൽ രാജസഗുണങ്ങളും താമസഗുണങ്ങളും മാത്രമാണ് ബുദ്ധിയിൽ ഉണ്ടാവുക. അങ്ങനെ വരുമ്പോൾ തോട്ടിയിൽ നിന്ന് വഴുതിപ്പോയ ആനയെപ്പോലെ മത്തനാവും. ഈ ഭൂമിതന്നെ മന്ദബുദ്ധികളുടെതാണ്, ദുശ്ശീലങ്ങളുടെ കൂടാരമാണ് എന്നിങ്ങനെയുള്ള വിചാരങ്ങൾ അയാളുടെ ബുദ്ധിയിൽ ഉണ്ടാവും. മൂന്നാമത്തേത് മദാത്യയം എന്ന വ്യാധിയാണ് ശാസ്ത്രത്തിൽ പ്രതിപാദിച്ചിരിക്കുന്നത്.

ആ ഘട്ടത്തിലെത്തിയാൽ ചികിത്സിച്ച് ശമിപ്പിച്ച് തിരിച്ചുകൊണ്ടുവരാൻ വിഷമമാണ്. മദ്യാതിഭോഗംകൊണ്ട് അതിൽ മോഹവും ഭയ, ശോക, ക്രോധാദികളും അറിവില്ലായ്മയും തന്മൂലം മരണംതന്നെയും ബാധിക്കാമെന്ന് ശാസ്ത്രം പറയുന്നുണ്ട്. ബുദ്ധി, ധൈര്യം, ലജ്ജ ഈ മൂന്നിനെയും നശിപ്പിക്കുന്നതാണ് മദ്യം. ഇത്രയും കാര്യങ്ങളാണ് സാമാന്യേന മദ്യോപയോഗത്തെക്കുറിച്ച് ശാസ്ത്രദൃഷ്ട്യാ നോക്കുമ്പോൾ കാണുന്നത്.

ഇന്ന് ഒരുവിഭാഗം ജനങ്ങൾ മദ്യോപയോഗത്തിലൂടെ മുഴുഭ്രാന്തന്മാരായി നാടുനീളെ കറങ്ങിക്കൊണ്ടിരിക്കുന്ന അവസ്ഥയാണ് അനുഭവപ്പെടുന്നത്. ഒരു ഉപഭോഗസ്വഭാവമാണ് നാട്ടിലുടനീളം കാണുന്നത്. മദ്യം ഉപയോഗിക്കുന്നവർക്കത് വിരോധമില്ലായിരിക്കാം പക്ഷേ അത് ഉപയോഗിക്കാത്തവർക്ക് ആ അവസ്ഥ ദുസ്സഹംതന്നെയാണ്. അവനവന്റെ ബുദ്ധിയും ദേഹവും മദ്യത്തിനുപണയംവെച്ച് ജീവിക്കുന്നത് വളരെ ദയനീയംതന്നെയാണ്. അത് ഗൃഹത്തിനും കുലത്തിനും ദേശത്തിനും ലോകത്തിനുതന്നെയും നാശംവരുത്താൻപോന്നതാണ്. ഇത് മനസിലാക്കി പ്രവർത്തിക്കാൻ എല്ലാവരും ശ്രദ്ധിക്കേണ്ടതാണ്. മദ്യവർജനം നടപ്പാക്കുക എളുപ്പമല്ല, അങ്ങനെ നടപ്പാക്കിയാലും അതിനു പകരക്കാരായി വരുന്നത് ശുദ്ധവിഷമായിരിക്കും എന്ന ഒരാപത്തിനെക്കൂടി സമൂഹം നേരിടേണ്ടിവരില്ലെ എന്നും ഭയപ്പെടുന്നു.

ഇക്കഴിഞ്ഞ ഓണാഘോഷങ്ങൾക്കിടയ്ക്ക് മദ്യവിൽപ്പനയുടെ സ്ഥിതിവിവരക്കണക്കുകൾ വിവിധ മാധ്യമങ്ങളിൽക്കൂടി കാണുകയും വായിക്കുകയും ചെയ്തപ്പോൾ വാസ്തവത്തിൽ അമിതമായ ഭയം തോന്നുകയുണ്ടായി. പല ദേശക്കാരും ഒന്നാംസ്ഥാനത്തിനുവേണ്ടി മത്സരിക്കുന്ന കാഴ്ചയാണ് കാണുന്നത്. ചാലക്കുടിക്കാരെ മറികടന്ന് ഇക്കൊല്ലം കരുനാഗപ്പള്ളിക്കാരാണത്രെ ഒന്നാമതെത്തിയത്. കഷ്ടം മലയാളിയുടെ ദുരവസ്ഥ എന്നല്ലാതെ മറ്റൊന്നും തോന്നുന്നില്ല. ഇതൊക്കെ ആരോടാണ് പറയുക? സർക്കാരാണ് നോക്കേണ്ടത്. അവർ സമ്പാദ്യം വർധിപ്പിക്കാൻവേണ്ടി ഇതൊന്നും കണ്ടില്ലെന്നും കേട്ടില്ലെന്നും നടിക്കുന്നു. അപ്പോൾ പിന്നെ ബഹുജനസമൂഹം ഇതിന്റെയൊക്കെ ദൂഷ്യഫലം അനുഭവിക്കുകയല്ലാതെ മറ്റെന്തുചെയ്യാനാണ്.

(*മാതൃഭൂമി* ദിനപത്രത്തിലേക്ക് അയച്ചുകൊടുത്തത്)

2010 ആഗസ്റ്റ് 26

8

നസ്യം

ആയുർവേദ ശാസ്ത്രത്തിൽ ശമനചികിത്സയെന്നും ശോധന ചികിത്സയെന്നും രണ്ടു വിഭാഗങ്ങളാണ്. അതിൽ ശോധനചികിത്സയിൽപ്പെട്ട കർമമാണ് നസ്യം. നസ്യത്തിന് ഊർധ്വവിരേചനമെന്നും പേരുപറയാറുണ്ട്. പഞ്ചശോധനകർമങ്ങളിൽ ഉൾപ്പെട്ടതാണിത്. ആ നസ്യത്തിനെ ത്തന്നെ ശമനൗഷധങ്ങളെക്കൊണ്ടും ശോധനൗഷധങ്ങളെക്കൊണ്ടും ബൃംഹണൗഷധങ്ങളെക്കൊണ്ടും ചെയ്യുന്നതിനെ വേർതിരിച്ച് പറയുന്നുണ്ട്. നസ്യത്തിന്റെ പ്രായോഗിക പരിചയത്തെക്കുറിച്ച് അന്വേഷിക്കുന്നൊരാൾക്ക് അതിനെപ്പറ്റി കൂടുതൽ അറിയേണ്ട ആവശ്യമുണ്ടെന്ന് തോന്നുന്നില്ല.

നസ്യം ചെയ്യുന്നത് കഴുത്തിന് മേൽപ്പോട്ടുള്ള ഉപദ്രവങ്ങൾക്കാണ്. ബോധക്ഷയത്തിനും നസ്യം ചെയ്യാറുണ്ട്. അർദിതം(വായകോടൽ) എന്ന രോഗത്തിന് നസ്യം പ്രധാന ചികിത്സയാണ്. പക്ഷവധത്തിനും നസ്യം വിധിക്കുന്നുണ്ട്. അങ്ങനെയുള്ള ഘട്ടങ്ങളിലൊക്കെ ഞാൻ നസ്യംചെയ്യുക എന്നത് പതിവുമാണ്. പ്രത്യേക ഔഷധങ്ങളെക്കൊണ്ടാണ് നസ്യം പതിവുള്ളത്. അതിന് സ്നേഹദ്രവ്യങ്ങളും സ്വരസം (ചതച്ചുപിഴിഞ്ഞനീര്) മുതലായ ദ്രവ്യങ്ങളും തീക്ഷ്ണങ്ങളായവയും മൃദുവായവയും ഉപയോഗിക്കാറുണ്ട്. പക്ഷവാതം, അർദിതം മുതലായവക്ക് കാർപ്പാസാസ്ഥ്യാദി തൈലമാണ് അധികമായും ഉപയോഗിക്കാറുള്ളത്. നസ്യം ചെയ്യാനുള്ള തൈലത്തിന് പാകത്തിൽ വ്യത്യാസമുണ്ട്. ചളിപാകത്തിൽ അരിച്ച എണ്ണയാണ് നസ്യത്തിനു വേണ്ടത്. അതിനെ വേർതിരിച്ച് വേറെ എടുത്തുവെയ്ക്കാറുണ്ട്.

നസ്യം ചെയ്യാൻ ഒരു പ്രത്യേക തരത്തിലുണ്ടാക്കിയ യന്ത്രം ഗ്രന്ഥത്തിൽ പറയുന്നുണ്ടെങ്കിലും പഴുക്കപ്ലാവില കോട്ടി കുത്തി മൂക്കിൽ

കൊള്ളാൻ പാകത്തിനാക്കി അത് മൂക്കിൽവെച്ചാണ് സാധാരണ നസ്യം ചെയ്യുന്നത്. സാമാന്യമായി നസ്യം ചെയ്യുന്നതിനുമുമ്പെ നെറ്റിയും ചെവിക്കുറ്റിയും കപോലവും (താടിയെല്ല്) ചെറുതായൊന്ന് ചൂടാക്കണം. സാധാരണയായി അതിന് പഴുക്കപ്ലാവിലയിൽ അൽപ്പം മെഴുക്കു പുരട്ടി കണലിന്മേൽ കാണിച്ച് അതുകൊണ്ടാണ് ചൂടാക്കാറുള്ളത്. ചൂടാക്കുന്ന പ്രദേശത്തും തൈലം പുരട്ടാറുണ്ട്.

കഴുത്തിന്റെ ഭാഗത്ത് തലയണവെച്ച് കിടത്തി മുകളിൽ പറഞ്ഞ പ്രകാരം ചൂടാക്കിയതിനുശേഷം ആറോ എട്ടോ തുള്ളി നസ്യം ചെയ്യാനുദ്ദേശിക്കുന്ന ദ്രവ്യം രോഗിയുടെ വായ് തുറപ്പിച്ചുവെച്ച് മൂക്കിലൊറ്റിച്ച് ഊതിക്കയറ്റുകയാണ് അതിന്റെ വിധി. മൂന്നുതവണ ഊതാറുണ്ട്. ആ ഊതുന്നതിനും പ്രത്യേകതയുണ്ട്. തീയ്യൂതുന്നതുപോലെ ഊതിയാൽ പോര. ശംഖു വിളിക്കുന്നതുപോലെ ഊതണം. നസ്യം കഴിഞ്ഞാൽ മെഴുക്കു പുരട്ടി ചൂടാക്കിയ ഭാഗങ്ങൾ കൈകൊണ്ടു തിരുമ്പി ചൂടാക്കണം. ആ കൂട്ടത്തിൽ കാലിന്റെ മടമ്പുംകൂടി തിരുമ്പണം. അങ്ങനെ ശാസ്ത്രം വിധിക്കുന്നുണ്ട്. അതായത് ശിരോഗതമായ ഊർധ്വ സ്രോതസ്സുമായി കാലിനടിയ്ക്ക് അഭേദ്യമായ ബന്ധമുണ്ടെന്നർഥം. നസ്യത്തിന്റെ സമ്യക്‌യോഗത്തിൽ തുമ്പാറുണ്ട്. തുമ്പിയില്ലെങ്കിലും കഴുത്തിൽനിന്ന് മേൽപ്പോട്ടുള്ള ഭാഗത്തെ കഫം വാർന്ന് പോവണം എന്നേയുള്ളൂ. അധികവും തുമ്പിക്കാണാറുണ്ട്.

അർദിതം, പക്ഷവധം മുതലായരോഗങ്ങൾക്ക് നസ്യംകൊണ്ട് വളരെ വലിയ ഫലംകിട്ടി കാണാറുണ്ട്. നസ്യം ചെയ്യുമ്പോൾ വാതാദിവ്യാധികൾക്കാണെങ്കിൽ ഒരു ദിവസം ചെയ്താൽ പോരാ. രണ്ടോ മൂന്നോ ദിവസം അടുപ്പിച്ച് ചെയ്യണം. പ്രത്യേകിച്ച് നസ്യം ചെയ്ത ദിവസം തല നനയ്ക്കരുത് എന്ന് വിധിക്കുന്നുണ്ട്. വാതവികാരത്തിൽ നസ്യംകൊണ്ട് അത്ഭുതമായ ഫലങ്ങൾ ധാരാളം കണ്ടിട്ടുണ്ട്. സംസാരശേഷി നഷ്ടപ്പെട്ട രോഗിക്ക് നസ്യംചെയ്ത് ഒരു പരിധിവരെ അതിനെ ഭേദപ്പെടുത്താൻ കഴിഞ്ഞതായ അനുഭവം ധാരാളമുണ്ട്. ബോധക്ഷയം ഏതെങ്കിലും തരത്തിൽ, ഉന്മാദംകൊണ്ടാണെങ്കിൽപ്പോലും വന്നാൽ അതിന് തീക്ഷ്ണ ദ്രവ്യങ്ങളെക്കൊണ്ട് നസ്യം ചെയ്യാറുണ്ട്. അതിനും അത്ഭുതഫലം കണ്ടിട്ടുണ്ട്.

സുമാർ പത്തമ്പത്തഞ്ചുകൊല്ലം മുമ്പ് ഒരു ഹരിജൻ സ്ത്രീയെ ഉന്മാദാവസ്ഥയിൽ ബോധമില്ലാതെ രണ്ടുമൂന്നാളുകൾകൂടി പിടിച്ച് എന്റെ മുമ്പിൽ കൊണ്ടുവന്നതായി ഓർക്കുന്നു. ഇത് എന്റെ പഠിപ്പുകഴിഞ്ഞ് അധികംകാലം കഴിയുന്നതിനു മുമ്പാണ്. ഒരു ചെറുപ്പക്കാരി സ്ത്രീയായിരുന്നു. എന്റെ മുമ്പിലെത്തിയപ്പോൾ എന്നെനോക്കി ഒന്നാന്തരമായി ചിരിച്ചു. എനിക്ക് അത്ഭുതം തോന്നി. അന്ന് വൈദ്യശാലയിൽ മൃദ്വികാദിഗുളിക അരച്ചുകൊണ്ടിരിക്കുന്ന സന്ദർഭമായിരുന്നു. അതിന്റെ ഫലശ്രുതിയിൽ പറയുന്നത് 'നസ്യം സംജ്ഞാ പ്രബോധനം' എന്നാണ്. ഏതായാലും അതൊന്ന് പരീക്ഷിച്ചുനോക്കാൻ തീർച്ചപ്പെടുത്തി. അവരെ

അതിനായി ഒരു ദിക്കിൽ പിടിച്ച് നിർബന്ധപൂർവം കിടത്തി. മൂന്നുനാലാളുകൾ കൈകാലുകൾ പിടിച്ച് ഈ അരച്ച ഗുളിക അമ്മിമേൽനിന്നെടുത്ത് മുലപ്പാലിൽ കലക്കി ഞാൻ നസ്യം ചെയ്തു. നസ്യം കഴിഞ്ഞ് രോഗിയുടെ അടുക്കൽനിന്ന് പത്തുമിനിട്ടുകഴിഞ്ഞ് കാണണമെന്നു പറഞ്ഞ് പോന്ന് യഥാസ്ഥാനത്തിരിക്കുമ്പോൾ രോഗി സാധാരണമട്ടിൽ അതായത് ആ പ്രായത്തിൽ സ്ത്രീകൾ പതിവുള്ളപോലെ കുറച്ച് ലജ്ജയോടും സങ്കോചത്തോടും കൂടി എന്റെ അടുത്തു വന്നുനിന്നു. ആ നസ്യത്തോടുകൂടി ആ സ്ത്രീയുടെ ഉന്മാദാവസ്ഥ കീഴ്പ്പോട്ടുവെച്ച് മാറി എന്നു തന്നെ പറയാം.

ഇങ്ങനെ പല അനുഭവങ്ങളും ഉണ്ടായിട്ടുണ്ട്. എല്ലാം ശാസ്ത്രത്തിൽ പറയുന്നതാണ്. ആ ശാസ്ത്രത്തിനെ വേണ്ടവിധത്തിൽ ഉൾക്കൊണ്ട് പ്രയോഗത്തിൽ വരുത്തിയാൽ സമൂഹത്തിനും വൈദ്യനും അതിന്റെ ഗുണമുണ്ടാവാതെവരില്ല.

2010 ഏപ്രിൽ 28

9

പൈതൃകം, ആരോഗ്യസംരക്ഷണം

പ്രപഞ്ചത്തിൽ ഇപ്പോൾ നാം കണ്ടുകൊണ്ടിരിക്കുന്ന എല്ലാ പ്രവൃത്തികളും അഥവാ എല്ലാ സംഭവങ്ങളും പൈതൃകദ്വാരാ ക്രമത്തിൽ പരിണാമം പ്രാപിച്ച് ഈ സ്ഥിതിയിൽ വന്നെത്തിയിട്ടുള്ളവയാണ്. ആ വിഷയത്തെക്കുറിച്ച് വിശദമായി പറയാൻ ഞാനാളല്ലെങ്കിലും ഒരൽപ്പമെങ്കിലും പറയാൻ ശ്രമിച്ചു നോക്കാം.

പ്രപഞ്ചത്തിൽ എന്ന് പറഞ്ഞതിനർഥം പഞ്ചഭൂതാത്മകമായി ഉണ്ടായ എല്ലാത്തിലും എന്നർഥമാണ്. കേവലം ഭാരതത്തിൽ മാത്രമല്ല എന്ന് താൽപ്പര്യം. എന്നാൽ, ഭാരതീയമായതുകൂടി അൽപ്പമൊന്ന് ചിന്തിക്കാതിരിക്കാൻ ഒരു ഭാരതീയന് സാധിക്കുകയില്ലല്ലോ. നമ്മൾ കൃതയുഗം തൊട്ടു പുരാണാദികളിൽ വിവരിച്ചുകാണുന്ന വിഷയങ്ങളെ മനസിലാക്കി നോക്കുമ്പോൾ ചാതുർവർണ്യത്തോടുകൂടിയ ഒരു ജനസംസ്കാരമാണ് കാണാൻ കഴിയുന്നത്. അത് ഗോത്രദ്വാരാ ആണ് നിലനിന്നുവന്നിരുന്നത്. അതിനെ പൈതൃകമായിട്ടാണ് ഭാരതീയരായ നാം കണക്കാക്കുന്നത്. അതായത് നാലുവർണങ്ങളിലെ ആദ്യത്തെ വർണമായ ബ്രാഹ്മണർ-വിശ്വാമിത്രഗോത്രം, കശ്യപഗോത്രം, ഭാരദ്വാജഗോത്രം, അങ്ഗിരസ് ഗോത്രം തുടങ്ങി അനേകം ഗോത്രങ്ങളിലൂടെയാണ് ഇന്നുകാണുന്ന അവസ്ഥയിൽ എത്തിയിരിക്കുന്നത്. ബ്രാഹ്മണരുടെ ഇടയിൽ ഒരേ ഗോത്രത്തിൽപ്പെട്ട കുടുംബങ്ങൾ തമ്മിൽ വിവാഹബന്ധം പതിവില്ല. അതിന് ലോപം വന്നുകൊണ്ടിരിക്കുകയാണെങ്കിലും ഇപ്പോഴും അൽപ്പാൽപ്പമായി ഉണ്ടെന്നുതന്നെ പറയേണ്ടിവരും. ഈ വിഷയം കേവലം ഒരു വർണത്തിന് മാത്രമല്ല മറ്റു വർണങ്ങൾക്കുകൂടി ബാധകമാണ്.

പൈതൃകം എന്ന് പറയുന്നത് മാതൃ-പിതൃ ബന്ധത്തിലൂടെ എത്തുന്ന സംസ്കാരങ്ങളെയാണ്. അത് ഏതൊക്കെ തരത്തിൽ ബന്ധപ്പെട്ടിരിക്കുന്നു എന്നതിനെ ആശ്രയിച്ചാണ് സമൂഹം നിലനിൽക്കുന്നത്. ഉദാ:

അച്ഛനും അമ്മയും ബ്രാഹ്മണകുടുംബമാണെങ്കിലും അച്ഛൻ ബ്രാഹ്മണ കുടുംബവും അമ്മ അന്യകുടുംബവുമാണെങ്കിലും അമ്മ ബ്രാഹ്മണകുടുംബവും അച്ഛൻ അന്യകുടുംബവുമാണെങ്കിലും ഉണ്ടാവുന്ന സാംസ്കാരിക വ്യത്യാസങ്ങൾ എത്രയൊക്കെ അതിനെ നിഷേധിച്ചാലും അതിന്റെ ചില പ്രകടിതമായ രൂപങ്ങൾ അതാത് വർണങ്ങളിൽ ലയിച്ചുചേർന്നിട്ടുണ്ടെന്നത് മറക്കാൻ നിർവാഹമില്ല.

ശുദ്ധേ ശുക്ലാർത്തവേ സത്ത്വ: സ്വകർമ്മക്ലേശചോദിത:
ഗർഭസ്സംപദ്യതേ യുക്തിവശാദഗ്നിരിവാരണൗ.

എന്ന് വളരെ സൂക്ഷ്മമായി വാഗ്ഭടാചാര്യർ ഗർഭോൽപ്പത്തി വിവരണത്തെക്കുറിച്ച് നമ്മളോട് പറയുന്നുണ്ട്. അവിടെ ഒരു പദത്തെ പ്രത്യേകം മനസിലാക്കേണ്ടതിനെ ഓർമിപ്പിക്കുന്നു. സ്വകർമക്ലേശചോദിത: അതായത് ആ ജീവന്റെ പ്രാഗ്ജന്മങ്ങളിൽ ഉണ്ടായ പുണ്യപാപാദികളുടെ ഫലമനുസരിച്ച് എന്ന് അദ്ദേഹം പ്രത്യേകം പറയുമ്പോഴാണ് മാതൃ-പിതൃ ബന്ധത്തിലൂടെ ഉണ്ടാകുന്ന ജന്മത്തിന്റെ പൈതൃകാവസ്ഥയുടെ ആഴം എത്രയാണെന്ന് അൽപ്പമെങ്കിലും നാം അറിയുന്നത്.

ഈ വിഷയം ആയുർവേദാചാര്യന്മാർ പലരും പല വിധത്തിൽ വിവരിക്കുന്നുണ്ട്. ഏറ്റവും വിശദമായി വിവരിക്കുന്നത് ചരകാചാര്യരായിരിക്കുമെന്നാണ് തോന്നുന്നത്. അദ്ദേഹം, ഗർഭത്തിൽ ഉണ്ടാകുന്ന പ്രജയ്ക്ക് കിട്ടുന്ന മാതൃജങ്ങളായ വസ്തുക്കളും പിതൃജങ്ങളായ വസ്തുക്കളും വേർതിരിച്ച് വിശദമായി പറഞ്ഞു കാണുന്നുണ്ട്.

പ്രപഞ്ചത്തിൽ, സ്ഥാവരജംഗമങ്ങളായ പല വസ്തുക്കളുമുള്ളതിൽ ഉത്തമസൃഷ്ടിയാണ് മനുഷ്യൻ. പലപല ജന്മത്തിലൂടെ ജംഗമസ്വഭാവങ്ങളിലേക്കെത്തി അവയിലും പല പല വർഗങ്ങളിലൂടെ രൂപഭേദംവന്ന് അവസാനമായിട്ടാണ് മനുഷ്യജന്മം കിട്ടുന്നത് എന്ന് പൂർവീകന്മാർ പറയുന്നു. നമ്മുടെ പൈതൃകസമ്പത്തുകളിൽക്കൂടിയല്ലാതെ എന്താണ് ഒരു മനുഷ്യന് ഉണ്ടായിട്ടുള്ളത്. മനുഷ്യന് കിട്ടിയിട്ടുള്ളതെല്ലാം പൈതൃകമായിട്ടുള്ളതാണല്ലോ? ഇതൊക്കെ വിശ്വസിക്കുകയോ വിശ്വസിക്കാതിരിക്കുകയോ ചെയ്യാം. പക്ഷേ പിന്നെ എന്തിനെ വിശ്വസിക്കണം? അതിന്റെ മറുപടികൂടി ഇതിനെയെല്ലാം വിശ്വസിക്കേണ്ട എന്ന് പറയുന്നവർ പറയാൻ ബാധ്യസ്ഥരാണ്.

പൈതൃകത്തിൽക്കൂടിത്തന്നെയാണ് ആചാര്യന്മാർ ആവർത്തിച്ചു പറയുന്ന അറുപത്തിനാല് കലകളും ഉത്ഭവിച്ചിട്ടുള്ളത്. ആ കലകളിൽ സംഗീതമുണ്ട്, സാഹിത്യമുണ്ട്, ചിത്രമുണ്ട്, കവിതയുണ്ട്. അതുപോലെ അനവധിയനവധി വൈചിത്ര്യത്തോടുകൂടിയ വിഭാഗങ്ങളാണ് നമ്മുടെ മുമ്പിലേക്ക് ഒന്നിനു പിറകെ ഒന്നായി ഓടിയോടിയെത്തുന്നത്.

ഞാൻ, ഒരു വൈദ്യകുടുംബത്തിൽ ജനിച്ച വ്യക്തിയായതുകൊണ്ട് ആ വിഷയത്തെക്കുറിച്ച് പറയാനെ എനിക്ക് സാധിക്കുകയുള്ളൂ. വൈദ്യം അഥവാ ആയുർവേദാരോഗ്യശാസ്ത്രം വേദകാലത്തിന് മുമ്പുമുതൽ തുടങ്ങിയിട്ടുള്ളതാണ്. കാരണം, ആയുർവേദ വിധാനങ്ങളിൽ പലതും നാലു വേദങ്ങളിലും പലരൂപത്തിൽ, പലഘട്ടങ്ങളിൽ പ്രതിപാദിച്ചു കാണുന്നുണ്ട്. ആ പ്രകൃതിയെ പൈതൃകമെന്നല്ലാതെ എന്തു വിളിക്കാൻ.

ആയു: കാമയമാനേന ധർമാർഥസുഖസാധനം
ആയുർവേദോപദേശേഷു വിധേയ: പരമാദര:

എന്നാദ്യമായി പറഞ്ഞതിനുശേഷം അദ്ദേഹം പറഞ്ഞത് ഒന്ന് ശ്രദ്ധിക്കേണ്ടതാണ്.

ബ്രഹ്മാസ്മൃത്വായുഷോവേദം പ്രജാപതിമജിഗ്രഹൽ
സോശ്വിനൗ തൗ സഹസ്രാക്ഷം സോ
ത്രിപുത്രാദികാൻ മുനീൻ
തേ
ഗ്നിവേശാദികാംസ്തേ തു പൃഥക് തന്ത്രാണി തേനിരേ

എന്ന് എഴുതണമെങ്കിൽ അതിന്റെ പൈതൃകത്തിന്റെ അറ്റം ഒന്നാലോചിച്ചുനോക്കിയാൽ മനുഷ്യന്റെ മനസിന് എത്താൻ സാധിക്കുന്നതാണോ? ആണെന്നെനിക്ക് തോന്നുന്നില്ല. ബ്രഹ്മാവുതന്നെ സ്വയം നിർമിക്കുകയല്ല സ്മരിക്കുകയാണുണ്ടായിട്ടുള്ളത്. അതുകൊണ്ട് ബ്രഹ്മാവിനുമുമ്പേ ഉണ്ടെന്നു കരുതേണ്ടിവരും. ആ ക്രമത്തിൽ വന്ന് അഗ്നിവേശാദികൾ വരെ സ്മൃതിയായോ ശ്രുതിയായോ നിന്നിരുന്നത് അഗ്നിവേശാദികൾക്കുശേഷമാണ് അത് തന്ത്രസ്വഭാവത്തിൽ ഉരുത്തിരിഞ്ഞ് നാം ഇപ്പോൾ ഉപയോഗിക്കുന്ന രൂപത്തിലെത്തിയതെന്നും അറിയുമ്പോഴാണ് അതിന്റെ ആഴത്തെക്കുറിച്ച് ഒരൽപ്പമെങ്കിലും മനസിലാവുന്നത്. ഇന്നും ആ ആരോഗ്യശാസ്ത്രം ഉൽക്കൃഷ്ടമായി, പൂർണാരോഗ്യത്തോടുകൂടി നടന്നു വരുന്നുണ്ട് എന്ന് പറയുമ്പോൾ പൈതൃകത്തിന്റെ സ്വഭാവത്തെ ഏറെക്കുറെ അറിയാവുന്നതാണ്. അതിൽപ്പിന്നെയാണ് അതിലൂടെത്തന്നെ പാരമ്പര്യംകൂടി വന്നുചേരുന്നത്. അങ്ങനെയുള്ള പാരമ്പ്യത്തിലെ ഒരു കണ്ണിയാണ് ഈ വിഷയങ്ങളെഴുതി അവതരിപ്പിച്ച ഈയുള്ളവനും. അതുകൊണ്ട് പാരമ്പര്യസഹജമായി കിട്ടിയ ആരോഗ്യശാസ്ത്രത്തിലെ ആരോഗ്യസംരക്ഷണവിഷയത്തെക്കുറിച്ചുകൂടി ഒരൽപ്പം വിവരിക്കുന്നത് അപരാധമായിരിക്കില്ല എന്ന് തോന്നുകയാണ്.

ബ്രഹ്മാവിൽനിന്നോ അതിനുമുമ്പോ തുടങ്ങി ആർഷഭാരതത്തിലെ ഋഷിമാരിലൂടെയാണ് ആയുർവേദാരോഗ്യശാസ്ത്രമുണ്ടായതെന്ന് മുമ്പ് പറഞ്ഞുവല്ലോ. അവർ അത് പറയുന്ന കാലത്ത് ഇന്നത്തെപ്പോലെ പരിഷ്കരിച്ച ഉപകരണങ്ങളോ ഉപാധികളോ യന്ത്രങ്ങളോ അതിനെക്കുറിച്ച് അവതരിപ്പിക്കാൻ ഉണ്ടായിരുന്നില്ലെന്ന് നമ്മുക്ക് അറിയാമല്ലോ. അതുകാരണം അവർ ആരോഗ്യശാസ്ത്രത്തെ മാത്രമല്ല എല്ലാ ശാസ്ത്രങ്ങളെയും സ്വയം വിശദീകരിക്കാവുന്ന സ്വഭാവത്തിലൂടെയാണ് അവതരിപ്പിച്ചിട്ടുള്ളത്.

പഞ്ചഭൂതങ്ങളെ ശാസ്ത്രത്തിലേക്ക് ഉൾക്കൊള്ളിക്കുന്നതിനുവേണ്ടി ത്രിദോഷങ്ങളിലേക്ക് ആഗിരണം ചെയ്യുകയാണ് ചെയ്തിരിക്കുന്നത്. ത്രിദോഷങ്ങൾ എന്നത് വാത-പിത്ത-കഫങ്ങളാണ്. ആ മൂന്നിന്റെയും പാഞ്ചഭൗതികത്വത്തെക്കുറിച്ച് പറയാം. ആകാശവും വായുവും കൂടിയതാണ് വാതം. ആഗ്നേയമാണ് പിത്തം. ഭൂമിയും വെള്ളവും കൂടിയതാണ് കഫം. ദോഷങ്ങളെ മാത്രമല്ല രോഗങ്ങളെയും വ്യക്തികളെയും കാലത്തെയും ഔഷധത്തെയുമെല്ലാംതന്നെ അവർ ഇങ്ങനെ അളന്ന് തിട്ട

പ്പെടുത്തിയിട്ടുണ്ട്. അതുകൊണ്ടാണ് പലപ്പോഴും യന്ത്രങ്ങളെ ആശ്രയിക്കാതെതന്നെ രോഗനിർണയത്തിനും ഔഷധനിർണയത്തിനും ഈ ശാസ്ത്രംകൊണ്ട് സാധിക്കുന്നത്.

ആയുർവേദശാസ്ത്രദൃഷ്ടിയിൽ വ്യാധികളെ വ്യക്തമായി അറിയുക എന്നതാണ് പ്രധാനം. അതറിഞ്ഞാൽ അത് വേഗം മാറുന്നതോ, മാറാത്തതോ, ബുദ്ധിമുട്ടി മാറ്റേണ്ടതോ എന്ന് തിരിച്ചറിയണം. അതിനുശേഷം ചികിത്സയിലേക്ക് പ്രവേശിക്കാം. ചികിത്സയിലേക്ക് പ്രവേശിക്കുമ്പോൾ ഔഷധങ്ങളെക്കുറിച്ച് ചിന്തിക്കണം. ഔഷധങ്ങളെക്കുറിച്ച് ചിന്തിക്കുമ്പോൾ അവയുടെ വീര്യങ്ങളും ഗുണങ്ങളും ചിന്തിക്കണം. ഇവയെല്ലാം ഔഷധ ദ്രവ്യങ്ങളിൽ ഘടിപ്പിച്ച് മനസിലാക്കണം. അതുപോലെ മറ്റനേകം കാര്യങ്ങളും ചികിത്സാവിഷയത്തിൽ ചിന്തിക്കേണ്ടതുണ്ട്. ഒരൗഷധം വായിലേക്കെത്തുമ്പോൾ കൂട്ടിച്ചേർത്ത രസങ്ങളായിരിക്കും. അത് ആമാശയത്തിലെത്തുമ്പോൾ രസപരിണാമം സംഭവിക്കുന്നു. അതിനെ വിപാകരസം എന്നാണ് പറയുന്നത്. അങ്ങനെയൊക്കെയാണ് ഔഷധങ്ങളെക്കുറിച്ച് മനസിലാക്കേണ്ടത്. അങ്ങനെയുള്ള ഔഷധങ്ങളെയും രോഗങ്ങളെയും രോഗികളെയും പലവിധത്തിൽ മനസിലാക്കി ചികിത്സിച്ചാലേ രോഗശാന്തിക്ക് അഥവാ ആരോഗ്യസംരക്ഷണത്തിന് സാധിക്കുകയുള്ളൂ. ഇതൊക്കെ ഇങ്ങനെയൊരു പ്രഭാഷണംകൊണ്ടോ നാലോ-അഞ്ചോ വർഷത്തെ കോളേജ് വിദ്യാഭ്യാസംകൊണ്ടോ നേടാനാവില്ല. ആചാര്യൻതന്നെ പറയുന്നു

അഭ്യാസാൽ പ്രാപ്യതേ ദൃഷ്ടി: കർമസിദ്ധിപ്രകാശന:
രത്നാദിസദസജ്ഞാനം ന ശാസ്ത്രാദേവജായതേ

അതായത് അഭ്യാസംകൊണ്ട് കണ്ണുകൾക്ക് അതിനുള്ള സിദ്ധി സ്വയം ഉണ്ടാവും എന്നാണ് അതിനർഥം. അതിന് ഉപമയായി പറഞ്ഞിരിക്കുന്നത് രത്നാദികളുടെ ലക്ഷണം ശാസ്ത്രത്തിൽ നിഷ്കർഷയായി പറഞ്ഞിട്ടുണ്ട്. ശാസ്ത്രം പഠിച്ചതുകൊണ്ട് അവയുടെ നില മനസിലാക്കാൻ സാധിക്കുമോ? അതുപോലെയാണ് രോഗവിഷയത്തിൽ ചികിത്സയും. അനേകവർഷത്തെ പരിശ്രമംകൊണ്ടും അനുഭവംകൊണ്ടും മാത്രമെ ഇതൊക്കെ ചെയ്യാൻ സാധിക്കുകയുള്ളൂ. അറുപതിലേറെ വർഷമായി ഞാൻ ചെയ്തുകൊണ്ടിരിക്കുന്ന ഈ പ്രവൃത്തിയിൽ ഇന്നും പുതിയ അനുഭവങ്ങൾ പഠിച്ചുകൊണ്ടിരിക്കുകയാണ്. ഇവിടെ എന്റെ ഒരു ചെറിയ അനുഭവം കൂടി പറയാനാഗ്രഹിക്കുകയാണ്.

അടുത്തകാലത്ത്, ഇവിടെ വരുന്ന രോഗികളുടെ കൂട്ടത്തിൽ ഒരു രോഗി വിവരങ്ങൾ പറയുമ്പോൾ സൂക്ഷ്മമായി മനസിലായില്ല. വീണ്ടും വീണ്ടും ചോദിച്ചപ്പോൾ വെല്ലൂരെ ആസ്പത്രിക്കാർ എന്നെ മടക്കി അയയ്ക്കുകയാണുണ്ടായത് എന്ന് പറഞ്ഞു. അത് പറഞ്ഞപ്പോൾ അവരുടെ റിപ്പോർട്ട് വാങ്ങി അത് നോക്കി. അവർ അതിൽ എഴുതിയിട്ടുള്ളത് 'ലിവർ സിറോസിസ് വിത്ത് ഗ്രോത്ത്'എന്നോ മറ്റോ ആണ്. അതിന്റെ വളർച്ചയുടെ അളവും അതിൽ കുറിച്ചു കണ്ടു. ഞാൻ അർബുദക്കാർക്ക് സാധാരണ കൊടുക്കാറുള്ള ഔഷധമാണ് കൊടുത്തത്. അർബുദത്തിന് മാത്രമായി തയാറാക്കിയ മൂന്നുനാല് ഔഷധങ്ങളുണ്ട്. അത് കഴിച്ച് രണ്ടുമൂ

ന്നുമാസം കഴിഞ്ഞപ്പോൾ കുറച്ച് ഭേദമായി തോന്നി. രോഗിയോടുചോദിച്ചപ്പോഴും അതേ അനുഭവംതന്നെയാണ് പറഞ്ഞത്. അപ്പോൾ ഒന്ന് പരിശോധിച്ച് വരാൻ നിർദേശിച്ചു. ആദ്യം പരിശോധിച്ചസ്ഥലത്തുതന്നെ മതി എന്നും പറഞ്ഞു. അങ്ങനെ അവർ വെല്ലൂരിൽ പോയി പരിശോധിച്ചപ്പോൾ ആദ്യമുണ്ടായിരുന്നതിൽനിന്ന് നാലിലൊന്നായി ചുരുങ്ങിയിരുന്നു. നിങ്ങൾ എവിടെയാണ് ചികിത്സതേടിയതെന്ന് ഡോക്ടർമാർ ചോദിച്ചു. അയാൾ വിവരങ്ങളെല്ലാം പറഞ്ഞു. അവിടുത്തെ ഡോക്ടർമാർക്ക് അത്ഭുതമായി. എന്നെ കാണണമെന്നായി. വിളിച്ചുചോദിച്ച് സമയം നിശ്ചയിച്ചു വന്നു. ഞാൻ ഉണ്ടായ വിവരങ്ങളെല്ലാം പറഞ്ഞപ്പോൾ ഇത്തരത്തിലുള്ള രോഗികൾ ധാരാളമുണ്ട്. അവരെ ഇവിടേക്ക് പറഞ്ഞയയ്ക്കട്ടെ എന്നായി. വിരോധമില്ലെന്ന് പറയുകയും ചെയ്തു. ഇപ്പോൾ പലരെയും വെല്ലൂരിൽനിന്ന് ഇവിടേക്ക് പറഞ്ഞയയ്ക്കുന്നുണ്ട്. ഇതൊന്നും എന്റെ മിടുക്കല്ല, ശാസ്ത്രത്തിന്റെതാണ്. പ്രാപഞ്ചിക സ്വഭാവങ്ങളെ മുഴുവൻ ഉൾക്കൊണ്ടുകൊണ്ട് വേണ്ടകാര്യങ്ങളിലേക്ക് പ്രവേശിക്കാൻ സാധിക്കുക എന്നതാണ് ശാസ്ത്രത്തിന്റെ നേട്ടം.

ആരോഗ്യസംരക്ഷണത്തിന് ആയുർവേദാരോഗ്യശാസ്ത്രം ആദ്യം തന്നെ രോഗപ്രതിവിധിയല്ല ദിനചര്യയാണ് പറയുന്നത്. ആ ദിനചര്യ സ്വസ്ഥനുള്ളതാണ്.

ബ്രാഹ്മേ മുഹൂർത്ത ഉത്തിഷ്ഠേൽ സ്വസ്ഥോ രക്ഷാർത്ഥമായുഷ:
ശരീരചിന്താം നിർവർത്ത്യ കൃതശൗചവിധിസ്തത:

അതായത് ബ്രഹ്മമുഹൂർത്തിൽ(മൂന്നേമുക്കാൽ നാഴിക പുലരാനുള്ളപ്പോൾ-ഉദിക്കുന്നതിന് ഒന്നര മണിക്കൂർ മുമ്പെ)എണീറ്റ് ശരീരത്തിന്റെ അന്നത്തെ അവസ്ഥയെ പരിശോധിച്ച് തൃപ്തനായി മല-മൂത്ര വിസർജനാദികളൊക്കെ ചെയ്തതിനുശേഷം എന്നാണ് മുകളിൽ പറഞ്ഞ ശ്ലോകത്തിന്റെ അർഥം. അങ്ങനെ ഓരോരോ കാര്യങ്ങളും വിശദമായി വിവരിക്കുന്നുണ്ട്. ദിനചര്യപോലെതന്നെ മനുഷ്യന്റെ ആരോഗ്യസംരക്ഷണത്തിന് പ്രധാനമായിട്ടുള്ളതാണ് ഋതുചര്യയും. ഓരോരോ ഋതുക്കളുടെ സ്വഭാവം, അതിൽ കഴിക്കേണ്ട ആഹാരം, ഉണ്ടാവുന്ന രോഗങ്ങൾ, അവയ്ക്കുള്ള ഔഷധങ്ങൾ എന്നിങ്ങനെ വേർതിരിച്ചു പറയുന്നുണ്ട്. അവയെല്ലാം മനസിലാക്കി പ്രവർത്തിച്ചാൽത്തന്നെ ഒരു പരിധിവരെ ആരോഗ്യം സംരക്ഷിച്ചു നിർത്താൻ സാധിക്കുന്നതാണ്.

പൈതൃകത്തെക്കുറിച്ചും ആരോഗ്യസംരക്ഷണത്തെക്കുറിച്ചുമൊക്കെ ഇങ്ങനെ പറഞ്ഞാൽ അവസാനിക്കുകയില്ല. അതുകൊണ്ട് ഇത്രയും വിഷയങ്ങൾ നിങ്ങളുടെ മുമ്പിൽ അവതരിപ്പിച്ചുകൊണ്ട് വിരമിക്കുന്നു.

(കോഴിക്കോട് തളിക്ഷേത്രപരിസരത്തെ ഹാളിൽ 2012 മാർച്ച് 16 വെള്ളിയാഴ്ച അവതരിപ്പിക്കാൻവേണ്ടി അയച്ചുകൊടുത്ത ലേഖനം)

10

പി കെ വാരിയർ എന്ന അസാമാന്യ വ്യക്തി

ബ്രഹ്മാവ് ഓർമയിൽനിന്നെടുത്ത ആരോഗ്യശാസ്ത്രത്തെ ആദ്യമായി പ്രജാപതിക്കും അദ്ദേഹം അശ്വിനീദേവന്മാർക്കും അവർ ഇന്ദ്രനും ഇന്ദ്രൻ ആത്രേയന്മാർക്കും ആത്രേയന്മാർ അഗ്നിവേശാദി മഹർഷിമാർക്കും ഉപദേശിച്ചതായി ശാസ്ത്രത്തിൽ വിവരിച്ചു കാണുന്നുണ്ട്. ബ്രഹ്മാവ് തന്നെ സ്മൃതിയാകുന്നു എന്നാണ് പറഞ്ഞിരിക്കുന്നത്. അതുകൊണ്ടാണ് ആയുർവേദം എന്ന ആരോഗ്യശാസ്ത്രം അനാദിയായി പറയാൻ കാരണം. അതായത് ആയിരക്കണക്കിന് ആണ്ടുകൾ താണ്ടി ഇപ്പോൾ നമ്മളിൽ എത്തിയിരിക്കുന്നതിന്റെ പരമാർഥം.

ശാസ്ത്രത്തിന്റെ മഹത്വം അഥവാ ഔന്നത്യം കാരണം ഇന്നും അതിന്റെ പ്രഭ നാടെങ്ങും വിഹരിച്ചുകൊണ്ടിരിക്കുന്നു. ഈ ശാസ്ത്രത്തിനെ ഹൃദിസ്ഥമാക്കിയ അനേകമനേകം മഹാപ്രതിഭകൾ ഭാരതത്തിൽ ഉണ്ടായിട്ടുണ്ട്. എന്നാൽ പിന്നീട് ഭാരതത്തിന്റെ പല പ്രദേശങ്ങളിലും പല പല കാരണങ്ങൾകൊണ്ട് ആ ശാസ്ത്രത്തിനെ വ്യക്തമായി അപഗ്രഥിക്കാനോ കാലത്തിനനുസൃതമായ മാറ്റത്തിനെ ഉൾക്കൊള്ളാനോ സാധിക്കാതെ ക്ഷതം സംഭവിക്കുകയും പ്രാധാന്യമില്ലാതായിത്തീരുകയും ചെയ്തു. എന്നാൽ ഭാരതത്തിന്റെ തെക്കേ അറ്റത്ത് കിടക്കുന്ന കേരളമെന്ന പ്രദേശത്താണ് ആ ശാസ്ത്രത്തിന് അൽപ്പമെങ്കിലും പിടിച്ചുനിൽക്കാനായത്. ഇവിടെയും അതിന് ഏറ്റക്കുറച്ചിലുകൾ വന്നുവെങ്കിലും ഇപ്പോഴും ഉണങ്ങിപ്പോവാതെ, വാടിപ്പോവാതെ ഒരുവിധം ഭംഗിയായി നിലനിൽക്കുന്നുണ്ട്. അതിൽ നമുക്ക് അഭിമാനിക്കാം. ആ അഭിമാനത്തിനുവേണ്ടി നല്ലൊരു പങ്കുവഹിച്ചത് കുട്ടഞ്ചേരി മൂസ്സിന്റെ ശിഷ്യന്റെ ശിഷ്യനും കോട്ടയ്ക്കൽ കോവിലകം വൈദ്യൻ കോണത്ത് അച്ചുതവാരിയരുടെ ശിഷ്യനുമായ പന്ന്യമ്പള്ളി വാര്യത്ത് ശങ്കുണ്ണിവാരിയർ

എന്ന പി എസ് വാരിയരും അദ്ദേഹം ബീജാവാപം ചെയ്ത കോട്ടയ്ക്കൽ ആര്യവൈദ്യശാലയുമാണ് എന്നത് ആർക്കും നിഷേധിക്കാൻ സാധിക്കുന്നതല്ല. ആ ആയുർവേദ ഔഷധ നിർമാണശാലയ്ക്ക് ഏകദേശം നൂറ്റിപ്പത്തോളം കൊല്ലം പഴക്കമുണ്ട്. ശ്രീമാൻ പി എസ് വാരിയർ എന്ന മഹാനുഭാവൻ വളരെ ചെറിയ തോതിൽ തുടങ്ങിവെച്ച സ്ഥാപനം ഇന്ന് കേരളത്തിലും ഭാരതത്തിലും ഭാരതത്തിനുപുറത്തും കൊമ്പും ചില്ലകളുമായി വളർന്ന് പന്തലിച്ച് പച്ചവിരിച്ചുകൊണ്ട് വ്യാപിച്ചുകിടക്കുന്നു.

ആര്യവൈദ്യശാലയുടെ തുടക്കത്തെപ്പറ്റിയുള്ള വിവരങ്ങൾ എന്റെ ഗുരുനാഥനുംകൂടിയായ പിതാമഹൻ പലപ്പോഴും പറഞ്ഞ് കേട്ടിട്ടുള്ളതാണ്. അദ്ദേഹം പി എസ് വാരിയരെ ശങ്കരൻ എന്നാണ് വിളിച്ചിരുന്നത്. പി എസ് വാരിയർ ആദ്യകാലത്ത് ആവശ്യക്കാർക്കുള്ള മരുന്നുകൾ ഉണ്ടാക്കി ബാക്കിവരുന്നവ സഞ്ചിയും തൂക്കി നാടുനീളെ നടന്ന് കൊടുക്കുകയായിരുന്നുവത്രെ ചെയ്തിരുന്നത്. അക്കൂട്ടത്തിൽ ഇവിടെയും വരാറുണ്ടെന്ന് മുത്തച്ഛന്റെ സംസാരത്തിൽനിന്ന് കേട്ടിട്ടുണ്ട്. ആ അവസ്ഥയിൽനിന്ന് ഇപ്പോഴത്തെ നിലവാരത്തിലേക്ക് എത്തിയതിലെ അത്ഭുതങ്ങൾ ആലോചിച്ചാൽ അവസാനമില്ല. ആ സ്ഥാപനം വീണ്ടും വീണ്ടും വളർന്ന് പന്തലിക്കട്ടെയെന്ന് പ്രാർഥിക്കുന്നു.

പി എസ് വാരിയർ എന്ന മഹാനുഭാവൻ തുടക്കമിട്ട ആര്യവൈദ്യശാല എന്ന സ്ഥാപത്തിന്റെ ഇന്നത്തെ സാരഥി പന്ന്യമ്പള്ളി കൃഷ്ണൻകുട്ടി വാരിയർ എന്ന പി കെ വാരിയരാണല്ലോ. അദ്ദേഹം അസാമാന്യവ്യക്തിത്വത്തിന് ഉടമയാണ്. ലളിതമാണ് അദ്ദേഹത്തിന്റെ ജീവിതം. ശാസ്ത്രത്തിനെയും അവരുടെ സ്ഥാപനത്തിനെയും ഉന്നതിയിലെത്തിക്കുന്നതിന് അദ്ദേഹവും ഒട്ടുംകുറവല്ലാത്ത ഒരുപങ്കുവഹിച്ചിട്ടുണ്ട്. പി എസ് വാരിയർ നട്ടതിനെ വെള്ളവും വളവുമിട്ട് വലുതാക്കി ഒരു വടവൃക്ഷമാക്കി മാറ്റിയതിൽ പി കെ വാരിയർക്കുള്ള പങ്ക് ചെറുതല്ല. ആ വലിയ മനുഷ്യൻ നവതിയിലെത്തിയിരിക്കുന്നു എന്നറിഞ്ഞപ്പോൾ അതിയായ സന്തോഷം തോന്നി. അദ്ദേഹം ഇപ്പോഴും തന്റെ കർമരംഗത്തുനിന്നുകൊണ്ട് നിരന്തരം രോഗികളെ പരിശോധിക്കുകയും സ്വന്തം കാര്യങ്ങൾ നിവർത്തിച്ചുപോരുകയും ചെയ്യുന്നു എന്നതിലും ഏറെ ആഹ്ലാദവും അഭിമാനവും തോന്നുന്നുണ്ട്. അദ്ദേഹം ക്യാൻസർപോലുള്ള മഹാവ്യാധികൾക്ക് പ്രത്യേക പരിഗണന നൽകുകയും അത്തരത്തിലുള്ള രോഗങ്ങളെപ്പറ്റി പഠനം നടത്തി വേണ്ട ചികിത്സ നൽകുകയും ചെയ്യുന്നുണ്ട്. അദ്ദേഹം ഇന്നും അഞ്ചു മണിക്ക് എണീറ്റ് കുളിച്ച് വിശ്വംഭരന്റെ നടയ്ക്കൽ രണ്ടുമാലയെങ്കിലും കെട്ടി സമർപ്പിച്ച് തൊഴുത് പോരുകയും ചെയ്യുന്നു എന്നതും അതുപോലെ അവിടത്തെ ഉത്സവത്തിനും അതോടൊപ്പം നടക്കുന്ന കഥകളി, കർണാടക സംഗീതകച്ചേരി മുതലായവ പരിപാടികൾ മുഴുവൻ സമയവും ആസ്വദിക്കാൻ ശുഷ്കാന്തി കാണിക്കുന്നു എന്നതും അത്ഭുതമായി തോന്നാറുണ്ട്. അത്രയൊന്നും പ്രായ

മാവാത്ത പലർക്കും സാധിക്കാത്തത് അദ്ദേഹത്തിന് സാധിക്കുന്നു എന്നതും ഈശ്വരന്റെ കടാക്ഷം ഒന്നുകൊണ്ടുമാത്രമാണെന്നെ എനിക്ക് പറയുവാനുള്ളു. പത്മശ്രീ, പത്മഭൂഷൺ തുടങ്ങിയ വിഖ്യാതമായ പല ബഹുമതികളും തേടിയെത്തിയിട്ടുള്ള ആ മഹദ്വ്യക്തിത്വത്തെ പൂവിട്ട് പൂജിക്കാതെ നിവൃത്തിയില്ല.

അദ്ദേഹത്തിന്റെയും അദ്ദേഹത്തിന്റെ ജ്യേഷ്ഠൻ മാധവവാരിയരുടെയും ആര്യവൈദ്യശാലക്കാരുടെയും സ്നേഹോഷ്മളമായ പെരുമാറ്റത്തെക്കുറിച്ചുള്ള ഒരു ഓർമ ഉള്ളിൽനിന്ന് തികട്ടി വരികയാണ്. 1950 കളിലാണ് വൈദ്യശാലയുടെ രജതജൂബിലി ഉണ്ടായതെന്ന് തോന്നുന്നു. അന്ന് അച്ഛനും ഞാനും അതിൽ പങ്കെടുക്കുകയുണ്ടായിട്ടുണ്ട്. ഞങ്ങൾ അഷ്ടവൈദ്യന്മാർക്ക് മാത്രമായി ആ വാർഷികത്തിന്റെ സ്മാരകമായി പണിത കെട്ടിട സമുച്ചയത്തിന്റെ മുകളിലെ വിശാലമായ ഒരു മുറി ഒഴിച്ചിട്ടിരുന്നു. അഷ്ടവൈദ്യന്മാർ ഉൾപ്പെട്ട എല്ലാവർക്കും അതാത് സമയത്ത് വേണ്ട കാര്യങ്ങൾ ചോദിച്ച് ശരിപ്പെടുത്തിത്തരാൻ രണ്ടോ മൂന്നോ പരിചാരകരെയും അവിടെ നിർത്തിയിരുന്നു. ഞങ്ങൾ അഷ്ടവൈദ്യന്മാരുടെ എന്താവശ്യവും പരിഹരിക്കുന്നതിൽ അവർ നിതാന്ത ജാഗ്രത പുലർത്തിയിരുന്നു. അച്ഛനെയും എന്നെയും കൂടാതെ വയസ്കര എൻ എസ് മൂസ്, പി ടി നാരായണൻ മൂസ്, പുലാമന്തോൾ ഏട്ടൻ മൂസ്, രാഘവൻ തിരുമുൽപ്പാട് എന്നിവരൊക്കെ അന്നവിടെ ഉണ്ടായിരുന്നു. എളേടത്ത് തൈക്കാട്ട് കുട്ടൻ മൂസ് ഉണ്ടായിരുന്നുവോ എന്ന് എനിക്ക് ഓർമയില്ല. മൂന്ന് ദിവസം നീണ്ടുനിൽക്കുന്നതുമായിരുന്നു ആ വാർഷികം. അതിൽ എല്ലാ ഏർപ്പാടുകളും വളരെ ഗംഭീരമായിരുന്നു. അതിൽ സന്ദർശകരുടെ കൂട്ടത്തിൽ ഞാനും ഇരുന്നിട്ടുണ്ട്. അന്നത്തെ ആ വാർഷികത്തിന്റെ പ്രധാന അമരക്കാരൻ അന്നത്തെ മാനേജിങ് ട്രസ്റ്റിയായിരുന്ന മാധവ വാരിയർ ആയിരുന്നു എന്നാണ് ഓർമ. അദ്ദേഹം അധികം താമസിയാതെ ആകാശ ദുരന്തത്തിൽപ്പെട്ട് ഇഹലോകവാസം വെടിയുകയാണുണ്ടായത്. അന്നത്തെ പരിപാടികളിൽ പ്രധാനപ്പെട്ട ഒരു ഭാഗം അച്ഛനും നിർവഹിക്കുകയുണ്ടായിട്ടുണ്ട്. മൂന്നുദിവസവും ആർഭാടപൂർവം അവിടെ കഴിച്ചുകൂട്ടിയത് ഇപ്പോഴും ഞാൻ ആവേശത്തോടെ നുണഞ്ഞുകൊണ്ടിരിക്കുകയാണ്. അന്ന് ഒരു സോവനീറും പ്രസിദ്ധീകരിച്ചിട്ടുണ്ട്. അതിൽ അന്ന് എല്ലാ അഷ്ടവൈദ്യകുടുംബങ്ങളുടെയും ചരിത്രവും വ്യക്തികളുടെ ചിത്രവും കൊടുത്തിരുന്നു. കൂടാതെ അനേകം വിജ്ഞാനപ്രദമായ ലേഖനങ്ങളും അതിൽ ഉണ്ടായിരുന്നു.

പി എസ് വാരിയരെയും അദ്ദേഹത്തിന്റെ അനന്തിരവൻ പി കെ വാരിയരെയും കോട്ടയ്ക്കൽ ആര്യവൈദ്യശാലയെയുമൊക്കെപ്പറ്റി ഇനിയും അനേകം പറയാനുണ്ടെങ്കിലും അധികം എഴുതി വലുതാക്കാൻ ഞാൻ ഈ സന്ദർഭത്തിൽ മെനക്കെടുന്നില്ല. ഇപ്പോഴും ആ ബ്രഹത് സ്ഥാപനത്തിന്റെ നിയന്ത്രണം വേണ്ടതുപോലെ നടത്തിക്കൊണ്ടുപോവുന്ന ശ്രീമാൻ പി കെ വാരിയരുടെ ആരോഗ്യത്തിനും ആയുസിനും മനശാ

ന്തിക്കും വേണ്ടി വിശ്വംഭരനോട് ആത്മാർഥമായി പ്രാർഥിച്ചുകൊണ്ട് നിർത്തുന്നു.

എന്നും പൊന്നിൻ തിളക്കത്തിൽ
മിന്നും ഭൈഷജ്യ സാഗരം
തന്നിൽ നീന്തിക്കളിച്ചീടും
ഉന്നതന്മാർക്കു വന്ദനം.

(പത്മഭൂഷൺ ഡോ. പി കെ വാരിയരുടെ നവതിയോടനുബന്ധിച്ച്
മാതൃഭൂമി ദിനപത്രത്തിലേക്ക് അയച്ചുകൊടുത്ത ലേഖനം)

11

ഗർഭകാലശുശ്രൂഷകൾ

പ്രപഞ്ചത്തിൽ ഒന്നിനും ജനനമരണങ്ങളില്ലാതെ നിലനിന്നുപോകാൻ മാർഗമില്ലല്ലോ. മനുഷ്യരും അതിൽനിന്ന് ഭിന്നരല്ല. അവയിൽ ജനനം നമ്മുടെ പ്രത്യക്ഷത്തിൽ അനുഭവപ്പെടുന്ന ഒരു വിഷയമാണ്. മരണമെന്ന ആ മുഹൂർത്തം പ്രത്യക്ഷമാണെങ്കിലും അതിനെക്കുറിച്ച് നാമിന്നും അജ്ഞരാണ്. അതുകൊണ്ട്, ജനനവിഷയത്തിലുള്ള അറിവുകൾ പങ്കുവയ്ക്കുന്നത് ഉചിതവും ഉപയോഗവുമായിത്തീരും. അങ്ങനെയാണ് ഗർഭോൽപ്പത്തിയുടെ പ്രാധാന്യം മനസിലാക്കേണ്ടത്.

ശുദ്ധേ ശുക്ലാർത്തവേ സത്ത്വഃ സ്വകർമ്മക്ലേശചോദിതഃ
ഗർഭസ്സംപദ്യതേ യുക്തിവശാദഗ്നിരിവാരണൗ.

എന്നാണ് ശാസ്ത്രം പറയുന്നത്. ചുരുക്കത്തിൽ അരണിയിൽനിന്ന് അഗ്നിയുണ്ടാവുന്നതുപോലെ ശുക്ലാർത്തവത്തിൽനിന്ന് സന്താനം ഉണ്ടാവുന്നു എന്ന് താൽപ്പര്യം. അങ്ങനെ വരുമ്പോൾ ഗർഭകാലശുശ്രൂഷകളെക്കുറിച്ച് ചിന്തിക്കാതിരിക്കാൻ നിർവാഹമില്ലല്ലോ.

ആയുർവേദത്തിൽ, ആചാര്യന്മാർ ഗർഭകാലശുശ്രൂഷകൾക്ക് വളരെയധികം പ്രാധാന്യം നൽകിയിട്ടുണ്ട്. ഗർഭകാലശുശ്രൂഷകളെല്ലാംതന്നെ ഗർഭത്തിന്റെ സ്ഥൈര്യം നിലനിർത്തുന്നതിനും സുഖപ്രസവത്തിനുംവേണ്ടി ചെയ്യുന്നവയാണ്. സുഖപ്രസവം വളരെ ദുർല്ലഭമായി കണ്ടുവരുന്ന ഇന്നത്തെ സാഹചര്യത്തിൽ ആയുർവേദശാസ്ത്രം അനുശാസിക്കുന്ന ഗർഭകാലശുശ്രൂഷകൾ വളരെയധികം പ്രാധാന്യം അർഹിക്കുന്നു. ഗർഭകാലത്തെ ഓരോ മാസത്തിലും വളർച്ചയെ അടിസ്ഥാനമാക്കി, അതതുമാസം കഴിക്കേണ്ട ആഹാര-ഔഷധങ്ങളെക്കുറിച്ച് ശാസ്ത്രത്തിൽ വിശദമായി പറയുന്നുണ്ട്.

ഒന്നാമത്തെ മാസത്തിൽ, ഭ്രൂണം അവ്യക്തരൂപത്തിലുള്ളതായിരിക്കും. പിന്നീട് അത് കലലമായി(കൊഴുത്തവെള്ളമായി) ഭവിക്കും. ഗർഭിണികൾ ആദ്യത്തെ മാസത്തിൽ ഔഷധങ്ങളാൽ സംസ്കരിച്ച പാൽ അനുയോജ്യമായ മാത്രയിൽ വൈദ്യന്റെ നിർദേശാനുസരണം കഴിക്കണം. ഇഷ്ടമുള്ളവയും പഥ്യങ്ങളുമായ ആഹാരാദികൾ, പരിചരണം മുതലായവ ഗർഭരക്ഷക്ക് നല്ലതാവുന്നു. വെണ്ണ, നെയ്യ്, പാല് എന്നിവകൊണ്ട് എപ്പോഴും ഗർഭിണിയെ ഉപചരിക്കേണ്ടതാണ്.

രണ്ടാമത്തെ മാസത്തിൽ, കലലാവസ്ഥയിൽനിന്ന് ഗർഭം ഘനമായോ പേശിയായോ അല്ലെങ്കിൽ അർബുദമായോ(കഴലയായോ)ഭവിക്കുന്നു. പിന്നീട് ക്രമേണ പുരുഷനും സ്ത്രീയും നപുംസകവുമായിത്തീരുന്നു. ശരീരത്തിനു വാട്ടം, വയറ്റിൽ ഗൗരവം, ബോധക്കേട്, ഛർദി, അരുചി, കോട്ടുവാ, വായിൽവെള്ളമൂറുക, തളർച്ച, രോമരാജി തെളിഞ്ഞു കാണുക, പുളി രസത്തിൽ ആഗ്രഹമുണ്ടാവുക, സ്തനങ്ങൾ വലുതാവുക, മുലക്കണ്ണുകൾ കറുക്കുക, കാലിൽ നീരുണ്ടാവുക, മറ്റു പലവിധത്തിലുള്ള ആഗ്രഹങ്ങളുമുണ്ടാവുക, ഉൾപ്പുഴുക്കം, എന്നിവയെല്ലാം ഈ സമയത്ത് സാധാരണ കണ്ടുവരാറുണ്ട്. മധുരൗഷധങ്ങൾ കൊണ്ടുണ്ടാക്കിയ പാൽ കൊടുക്കാം. പാൽ ഗർഭിണികൾക്ക് എപ്പോഴും പഥ്യമായുള്ളതാവുന്നു.

ഗർഭസ്ഥശിശുവിന്റെ ഹൃദയം മാതാവിൽനിന്നുണ്ടായി വരുന്നതാണ്. അത് മാതാവിന്റെ ഹൃദയത്തോടു ബന്ധിച്ചിരിക്കുകയും ചെയ്യുന്നു. അതു ഹേതുവായിട്ട് ഗർഭിണിക്കുണ്ടാകുന്ന ആഗ്രഹത്തെ തടുക്കരുത്. അതായത് ഗർഭിണി ആവശ്യപ്പെടുന്നത് അപഥ്യമായിട്ടുള്ളതാണെങ്കിൽപ്പോലും പഥ്യമായിട്ടുള്ളത് കൂടെ ചേർത്ത് ചെറിയ മാത്രയിൽ കൊടുക്കേണ്ടതാണ്. ഗർഭിണിയുടെ മനോരഥത്തെ തടുക്കുക നിമിത്തം ഗർഭം വികൃതമായിത്തീരുകയോ ഗർഭച്ച്യുതി സംഭവിക്കുകയോ ചെയ്യാം.

മൂന്നാമത്തെ മാസത്തിൽ, ഗർഭത്തിനു ശിരസ്സ്, കൈകാലുകൾ, മസ്തിഷ്കം എന്നിവ സൂക്ഷ്മരൂപത്തിൽ പ്രത്യക്ഷപ്പെട്ടു തുടങ്ങുന്നു. ഈ അംഗങ്ങൾ ഉണ്ടാകുന്നതോടുകൂടി സുഖദു:ഖബോധമുണ്ടാകുന്നു. ഗർഭസ്ഥശിശുവിന്റെ പൊക്കിളിലും മാതാവിന്റെ ഹൃദയത്തിലുമായിട്ട് ഒരു സ്രോതസ്സ് ബന്ധിച്ചിരിക്കുന്നു. അതുവഴി പോഷണം ലഭിച്ച് ആ ഗർഭം പുഷ്ടിയെ പ്രാപിക്കുന്നു. ഈ മാസത്തിൽ ഗർഭിണിക്ക് പാൽ തേനിന്റെയും നെയ്യിന്റെയും കൂടെ കൊടുക്കാവുന്നതാണ്. നവരയരി പാൽ ചേർത്ത് കൊടുക്കുന്നതും വിശേഷമാണെന്ന് ശാസ്ത്രത്തിൽ പറഞ്ഞു കാണുന്നു.

നാലാമത്തെ മാസത്തിൽ, ഗർഭസ്ഥ ശിശുവിന്റെ അംഗങ്ങൾ വ്യക്തങ്ങളായിത്തീരുകയും ശരീരഭാഗങ്ങൾ പൂർണ വളർച്ച പ്രാപിക്കുകയും ചെയ്യുന്നു. ഈ സമയത്ത് വെണ്ണനെയ്യ് ഒരു അക്ഷമാത്ര (സുമാർ 12 ഗ്രാം) കൊടുക്കാമെന്നും നവരയരി തൈരുകൂട്ടി കഴിക്കാമെന്നും (*സുശ്രുതസംഹിത*യിൽ, ശാരീരസ്ഥാനം പത്താമധ്യായത്തിൽ 'ചതുർഥേ

ദധ്നാ' എന്ന്) മാംസഭുക്കുകളാണെങ്കിൽ ജാംഗലമാംസരസം കഴിക്കാമെന്നും ശാസ്ത്രം വിധിക്കുന്നു.

അഞ്ചാമത്തെ മാസത്തിൽ, ചേതനയും ചലനങ്ങളും ഉണ്ടാകുന്നു. ഈ സമയത്തുതന്നെയാണ് മനസിന്റെ ഉൽപ്പത്തിയും ഉണ്ടാകുന്നത്. ഈ മാസത്തിൽ ഗർഭിണികൾക്ക് ഘൃതം, ജാംഗലമാംസരസം ചേർത്ത ഹൃദ്യമായ അന്നം എന്നിവ കൊടുക്കാവുന്നതാണ്.

ആറാമത്തെ മാസത്തിൽ, ഗർഭസ്ഥ ശിശുവിന് ബലം, വർണം, ബുദ്ധി ഇവയുണ്ടാവുന്നു. സ്നായുക്കൾ, സിരകൾ, രോമങ്ങൾ, ബലം, വർണം, നഖം, ത്വക് ഇവയെല്ലാം വ്യക്തമാവുന്നു. മധുരൗഷധസിദ്ധമായ ഘൃതം കഴിക്കാം. ഈ ഘൃതസേവനം ബലം, വർണം, ബുദ്ധി ഇവ പ്രദാനം ചെയ്യും. അതുപോലെ ഗർഭിണിയുടെ ബല-വർണ ഹാനിയും അമിതമായ ക്ഷീണവും ഈ മാസത്തിൽ കാണുന്ന ലക്ഷണങ്ങളാണ്. ഇവയെല്ലാം ഈ ഘൃതസേവനംകൊണ്ട് ഇല്ലാതാകുമെന്ന് ശാസ്ത്രത്തിൽ പറഞ്ഞു കാണുന്നു.

ഏഴാമത്തെ മാസത്തിൽ, എല്ലാ അംഗങ്ങളും വ്യക്തമായിട്ടുണ്ടാവുക നിമിത്തം സമ്പൂർണ ശരീരവാനായിട്ട് സകലഭാവങ്ങളോടുംകൂടി വളരുന്നു. ഗർഭിണികൾക്ക് അത്യധികം ക്ഷീണം അനുഭവപ്പെടുന്ന സമയമാണ് ഏഴാം മാസമെന്ന് കശ്യപസംഹിതയിൽ പറയുന്നു. വാത-പിത്ത-കഫങ്ങൾ, ഗർഭത്തിന്റെ വൃദ്ധി നിമിത്തം സുഖസഞ്ചാരണത്തിനു നിവൃത്തിയില്ലാതെ ഉൽപ്പീഡിതങ്ങളായി ഹൃദയസ്ഥാനത്തെത്തി വിഷമങ്ങൾ ഉണ്ടാക്കുന്നു. ശരീരത്തിൽ മാംസം, രക്തം എന്നീ ധാതുക്കൾ കുറയുന്നു. ഈ സമയം ഘൃതസേവനം വളരെ ഉചിതമാകുന്നു. ഏഴാംമാസം പകുതിയായാൽ സുഖപ്രസവത്തിനായി ഞങ്ങൾ സുഖപ്രസൂതിഘൃതം കൊടുത്തുവരാറുണ്ട്. അത് ചികിത്സാമഞ്ജരിയിൽ പറഞ്ഞിട്ടുള്ള ഏതോ ഒരു യോഗത്തിൽ പ്രത്യേകം ചില മരുന്നുകൾ കൂടി ചേർത്ത് മുത്തച്ഛൻ ഉണ്ടാക്കിയിട്ടുള്ളതാണ്. നല്ല ഫലം കണ്ടുവരാറുണ്ട്.

എട്ടാമത്തെ മാസത്തിൽ, ഓജസ്സ് മാതാവിൽനിന്ന് ശിശുവിലേക്കും ശിശുവിൽനിന്ന് മാതാവിലേക്കും കൂടെക്കൂടെ സഞ്ചരിക്കുന്നു. അതു നിമിത്തം രണ്ടുപേർക്കും ക്ഷീണവും സുഖ-ദുഃഖാദികളും അനുഭവപ്പെടുന്നു. ഓജസ്സ് കുട്ടിയിലേക്ക് സഞ്ചരിച്ചിരിക്കുന്ന സമയത്താണ് പ്രസവം നടക്കുന്നതെങ്കിൽ ആ സ്ത്രീ മരിച്ചുപോവാൻ സാധ്യതയുണ്ട്. ഈ മാസത്തിൽ നെയ്യ് ചേർത്ത പാൽക്കഞ്ഞി കൊടുക്കാം. ഇപ്രകാരം ചെയ്താൽ രോഗവിമുക്തരായ, ആരോഗ്യവാന്മാരായ, ബല-വർണ-സ്വരസമ്പത്തുള്ള ശ്രേഷ്ഠന്മാരായ സന്താനങ്ങൾ ജനിക്കും. ഈ കാലത്ത് മധുരൗഷധങ്ങൾ കൂട്ടിച്ചേർത്ത് കാച്ചിയ നെയ്യ് സ്നേഹവസ്തി ചെയ്യാനും ആചാര്യന്മാർ നിർദേശിക്കുന്നു. ആസ്ഥാപനവസ്തിയും അനുവാസനവസ്തിയും വിധിക്കുന്നുണ്ട്. ഈ വസ്തി ചെയ്യുന്നതുകൊണ്ട് അപാനവായു അതിന്റെ ശരിയായ രീതിയിൽ സഞ്ചരിക്കുകയും സുഖപ്രസവമായി ഭവിക്കുകയും ചെയ്യുന്നു. സ്നിഗ്ദ്ധ-മധുരൗഷധങ്ങൾ കൊണ്ടാണ്

വസ്തി ചെയ്യേണ്ടത്. ഇവ ഓജസിനെയും അസ്ഥിയെയും പുഷ്ടിപ്പെടുത്തും. എട്ടാം മാസത്തിന് വളരെയധികം പ്രാധാന്യമുണ്ട്. ഈ മാസത്തിലാണ് ഓജസ്സും അസ്ഥികളും രൂപപ്പെടുന്നത് എന്ന് ശാസ്ത്രം പറയുന്നു. അതിനാൽ ഓജസ്സിനെ വർധിപ്പിക്കുന്നതായ ആഹാരൗഷധങ്ങൾ ശീലിക്കണം.

എട്ടാമത്തെ മാസത്തിൽത്തന്നെ പ്രസവയോഗ്യമായ നല്ല സ്ഥലത്ത്, പ്രസവത്തിനു വേണ്ട ഉപകരണങ്ങളെല്ലാം ശേഖരിച്ചുവെച്ചിട്ടുള്ള ഈറ്റില്ലത്തിലേക്ക് നല്ലദിവസം നോക്കി ഗർഭിണി താമസം മാറ്റണമെന്ന് ശാസ്ത്രത്തിൽ വിധിക്കുന്നു. പ്രസവിച്ച് പരിചയമുള്ള പ്രായമായ സ്ത്രീകളുടെ പരിരക്ഷയിൽ അവിടെ താമസിച്ചുകൊണ്ട് പ്രസവത്തെ പ്രതീക്ഷിച്ചിരിക്കാനാണ് ആചാര്യന്മാർ ശാസ്ത്രത്തിൽ പറയുന്നത്.

ഒമ്പതാമത്തെ മാസത്തിൽ അതായത് പ്രസവത്തോടടുത്തുവരുന്ന ഈ സമയത്ത് ഗർഭമാർഗങ്ങളെല്ലാംതന്നെ അയഞ്ഞ് സ്നിഗ്ധതയുള്ളതാവണം. അതിനായി സ്നേഹവസ്തിയും ചെയ്യാവുന്നതാണ്. സ്നിഗ്ധതയ്ക്ക് മാംസരസംകൂട്ടിയുള്ള ചോറോ ധാരാളം നെയ്യ് ചേർത്തുള്ള കഞ്ഞിയോ കഴിക്കാവുന്നതാണ്. വാതഹരങ്ങളായിട്ടുള്ള ഔഷധങ്ങളിട്ടു തിളപ്പിച്ചവെള്ളം തണുപ്പിച്ച് ദിവസവും കുളിക്കുന്നത് നല്ലതാണ്.

ഈ പറഞ്ഞ ഗർഭകാലശുശ്രൂഷകളെല്ലാംതന്നെ ഗർഭിണിക്ക് ആരോഗ്യം, ബലം, വർണം, സ്വരം ഇവ പ്രദാനം ചെയ്യുന്നതിനും ശ്രേഷ്ഠസന്താനലബ്ദിക്കും നല്ലതാണെന്ന് ശാസ്ത്രം ഉദ്ഘോഷിക്കുന്നു. ഇപ്രകാരം ആചരിച്ചാൽ സ്ത്രീകളുടെ വയറ്, യോനി, അരക്കെട്ട് എന്നീ ഭാഗങ്ങൾ വളരെ മൃദുവാകും. വായു ശരിയായ രീതിയിൽ സഞ്ചരിക്കുകയും ചെയ്യും. ഇതുകൊണ്ട് മല-മൂത്രവേഗങ്ങൾ ഒരു തടസ്സവും കൂടാതെ പ്രവർത്തിക്കും. ഈ ചര്യകളെല്ലാം ഗർഭപോഷണത്തോടൊപ്പം സ്തന്യപോഷണവും ചെയ്യുന്നു.

ഗർഭിണികൾ അറിയേണ്ട കാര്യങ്ങൾ

തീക്ഷ്ണമായ ഔഷധങ്ങൾ, മൈഥുനം, ഗ്രഹണം ഏൽക്കൽ എന്നിവ പാടില്ല. ശരീരത്തിന് അമിതമായ ഇളക്കമുണ്ടാക്കുന്ന പ്രവൃത്തികൾ ചെയ്യുക, ഭാരിച്ച വസ്തുക്കൾ എടുക്കുക, കുന്തിച്ചിരിക്കുക, മലർന്നുകിടക്കുക, മല-മൂത്രാദികളെ തടയുക, ആഗ്രഹങ്ങളെ അടക്കിവെക്കുക, ഉപവസിക്കുക, അധികദൂരം നടക്കുക, പകലുറക്കം ഇവ ഒഴിവാക്കണം. ദുഖം, കോപം, പേടി, ഞെട്ടൽ ഇവ വരാതെ ശ്രദ്ധിക്കുക. രക്തമോക്ഷം, വമനം, വിരേചനം, വസ്തി തുടങ്ങിയ പഞ്ചശോധനകർമങ്ങളെ വർജിക്കണം. നിഷേധിച്ചിരിക്കുന്ന ഇവയെ ഉപയോഗിക്കുന്നതുകൊണ്ട് ആമാവസ്ഥയിലിരിക്കുന്ന ഗർഭം സ്രവിച്ചുപോവുകയോ വയറ്റിൽ വെച്ച് ശോഷിക്കുകയോ മരിച്ചുപോവുകയോ ചെയ്യും.

ഗർഭിണികൾ വാതജങ്ങളായ ആഹാരങ്ങൾ ഉപയോഗിച്ചാൽ ഗർഭസ്ഥമായ ശിശു കൂനനായോ കുരുടനായോ ജളനായോ(മന്ദനായോ) വാമ

നനായോ (കുള്ളനായോ) ഭവിക്കും. പിത്തജങ്ങളായ ആഹാരങ്ങൾ ഉപയോഗിച്ചാൽ കഷണ്ടിയുള്ളവരോ പിംഗലവർണമുള്ളരോ ആയിത്തീരും. കഫജങ്ങളായ ആഹാരങ്ങളുപയോഗിച്ചാൽ ശ്വിത്ര(കുഷ്ഠ)രോഗിയായിട്ടോ പാണ്ഡുവർണനായോ ജനിക്കും. ഗർഭണിക്കുണ്ടാകുന്ന രോഗങ്ങളെ മൃദുവിരേചന ദ്രവ്യങ്ങളെക്കൊണ്ട് ശമിപ്പിക്കേണ്ടതാണ്.

ഗർഭിണികൾ ഈശ്വരപ്രാർഥന, ജപം എന്നിവ അനുഷ്ടിക്കേണ്ടതാണ്.

(*മാതൃഭൂമി ആരോഗ്യമാസിക*യിലേക്ക് അയച്ചുകൊടുത്ത ലേഖനം)
2012 മാർച്ച് 3

12

മാംസത്തിന്റെ ഉപയോഗം ആയുർവേദ ത്തിൽ അതിന്റെ ഗുണങ്ങളും ദോഷങ്ങളും

മനുഷ്യരിൽ, മാംസഭുക്കുകളെന്നും സസ്യഭുക്കുകളെന്നും രണ്ടു വർഗമുണ്ടല്ലൊ. അതിൽ മാംസഭുക്കുകൾക്കാണ് മാംസവിഷയത്തെക്കുറിച്ചുള്ള വിശദീകരണത്തിന്റെ ആവശ്യം വരുന്നത്. അവരെ ഉദ്ദേശിച്ചാണ് ഈ ലേഖനം എഴുതുന്നത്. സസ്യഭുക്കുകൾക്ക് ഇതിൽ പറഞ്ഞ വിഷയങ്ങളധികവും ബാധകമല്ല. കേവല സസ്യഭുക്കുകൾക്ക് രോഗവൈശിഷ്ട്യങ്ങളനുസരിച്ച് മാംസസംബന്ധിയായ ഔഷധങ്ങൾ ഉപയോഗിക്കേണ്ടിവരാറുണ്ട്. അങ്ങനെയുള്ള സന്ദർഭത്തിൽ അവരറിയാതെ കൊടുക്കുകയാണ് ചെയ്യുന്നത്.

ആയുർവേദമെന്ന ആരോഗ്യശാസ്ത്രത്തിൽ മാംസത്തെ സപ്തധാതുക്കളിൽ ഒന്നായിട്ടാണ് കണക്കാക്കിയിരിക്കുന്നത്. രസം, രക്തം, മാംസം, മേദസ്സ്, അസ്ഥി, മജ്ജ, ശുക്ലം ഇവയാണ് സപ്തധാതുക്കൾ. ഇവ ഉത്തരോത്തരപോഷകങ്ങളായി ശരീരത്തിൽ വർത്തിക്കുന്നു. അതായത് രസം രക്തത്തിനെയും രക്തം മാംസത്തെയും മാംസം അസ്ഥിയെയും അസ്ഥി, മജ്ജ ഇവ ശുക്ലത്തെയും പോഷിപ്പിക്കുന്നു. അവസാനത്തെയായ ശുക്ല ധാതു ഇവയുടെയെല്ലാം സാരാംശമാണ്. ഈ സപ്തധാതുക്കളെല്ലാം ചേർന്നതാകുന്നു ഓജസ്സ്.

ആയുർവേദത്തിൽ മാംസത്തെ ബൃംഹണ(പുഷ്ടിപ്പെടുത്തുന്ന)ദ്രവ്യമായിട്ടാണ് കണക്കാക്കിയിരിക്കുന്നത്. രസായന-വാജീകരണയോഗങ്ങളുൾപ്പെടെ വിവിധ യോഗങ്ങളിൽ മാംസത്തിന്റെ ഉപയോഗം പ്രതിപാദിക്കുന്നുണ്ട്. അതുപോലെതന്നെ ക്ഷതം, കാർശ്യം, ശോഷം എന്നീ അവസ്ഥകളിൽ വൈദ്യന്റെ യുക്തിയനുസരിച്ച് മാംസം ഉപയോഗിക്കാവുന്നതാണെന്ന് ശാസ്ത്രത്തിൽ നിർദേശിക്കുന്നുണ്ട്.

എട്ടുതരം മാംസവർഗങ്ങളെക്കുറിച്ച് ശാസ്ത്രത്തിൽ പറയുന്നുണ്ട്. മൃഗമാംസം(അന്വേഷിച്ച് ഭക്ഷിക്കുന്നവയുടെ മാംസം), വിഷ്കിരമാംസം(കൊത്തിത്തിന്നുന്ന ജീവികളുടെ മാംസം), പ്രതുഭമാംസം(പെറുക്കിത്തിന്നുന്ന ജീവികളുടെ മാംസം), വിലേശയമാംസം(മാളത്തിൽ ജീവിക്കുന്ന ജീവികളുടെ മാംസം), പ്രസഹമാംസം (നക്കിത്തിന്നുന്ന ജീവികളുടെ മാംസം), മഹാമൃഗമാംസം (സിംഹം മുതലായ ജീവികളുടെ മാംസം), അപ്ചരമാംസം(വെള്ളത്തിൽ ജീവിക്കുന്ന ജീവികളുടെ മാംസം), മത്സ്യം ഇവയാണ് എട്ടുതരം മാംസവർഗങ്ങൾ. ഇവയിൽ ആദ്യത്തെ മൂന്നെണ്ണം ജാംഗലവും അവസാനത്തെ മൂന്നെണ്ണം ആനൂപവും മധ്യത്തിലെ രണ്ടെണ്ണം സാധാരണവുമാണ്. മാംസങ്ങൾ ഗുരുവും ഉഷ്ണ, സ്നിഗ്ധ, മധുര ഗുണങ്ങളോടുകൂടിയവയും ബലത്തെയും കഫത്തെയും വർധിപ്പിക്കുന്നവയും വൃഷ്യവും (ധാതുപുഷ്ടിയെ ഉണ്ടാക്കുന്നത്) വാതഹരവുമാകുന്നു. ഈവക കാരണങ്ങളാൽ മാംസാഹാരം നിത്യവ്യായാമശീലർക്കും നല്ല അഗ്നിബലമുള്ളവർക്കുമല്ലാതെ അധികമാർക്കും കൊടുക്കരുതെന്ന് പറയുന്നു.

മാംസങ്ങളിൽ, മുയൽമാംസം രൂക്ഷവും ശീതവും മലബന്ധം ഉണ്ടാക്കുന്നതുമാകുന്നു. ദീപനമാണ്. പാകത്തിൽ കടു(എരിവ്)വായിത്തീരുന്നു. കാട മുതലായ പക്ഷികളുടെ മാംസം ഉഷ്ണവും ഗുരുവും സ്നിഗ്ധവും ആവുന്നു. ഇത് ദേഹത്തെ തടിപ്പിക്കും. ഇതിൽവെച്ച് തൈത്തിരിപ്പുള്ളിന്റെ മാംസം ഉത്തമമാകുന്നു. അത് ശബ്ദാർഥങ്ങളുടെ ആശുഗ്രഹണത്തിനുള്ള ശക്തിയും അഗ്നിബലം, ദേഹബലം, ശുക്ലം ഇവയെ വർധിപ്പിക്കുകയും മലബന്ധകരവുമാകുന്നു. മയിൽമാംസം ശ്രോത്രേന്ദ്രിയത്തിനും സ്വര(ശബ്ദ)ത്തിനും കണ്ണിനും കൂടാതെ യൗവനരക്ഷയ്ക്കും ഹിതമാകുന്നു. കോഴിയുടെ മാംസം വിശേഷിച്ചും ശുക്ലവൃദ്ധിയെ ഉണ്ടാക്കുന്നതാണ്. ഇത് വളരെ ഗുരുവാണ്. പ്രാവിൻ മാംസം ഗുരുത്വമുള്ളതും അൽപ്പമായ ലവണരസം കൂടിയതുമാകുന്നു. സർവദോഷത്തെയും വർധിപ്പിക്കുന്നു. വിലേശയം(മാളത്തിൽ ജീവിക്കുന്നത്) മുതലായ അഞ്ചു വർഗങ്ങൾ ക്രമേണ അധികമായ ഗുരുത്വവും ഉഷ്ണവും സ്നിഗ്ധതയുള്ളതും മധുരരസത്തോടുകൂടിയതുമാകുന്നു. ഇവ മൂത്രം, ശുക്ലം, കഫം, പിത്തം എന്നിവയെ വർധിപ്പിക്കുകയും വാതത്തെ ശമിപ്പിക്കുകയും ചെയ്യുന്നു. ആട്ടിൻമാംസം ശീത, ഗരു, സ്നിഗ്ധ ഗുണങ്ങൾ അധികമുള്ളതല്ല. ദോഷങ്ങളെ വർധിപ്പിക്കുകയുമില്ല. വളരെ ബൃംഹണവും ആകുന്നു. മനുഷ്യമാംസത്തിന്റെ സാമാന്യസാദൃശ്യമുള്ളതാണ് അജമാംസം. ഗോമാംസം വരട്ടു ചുമയെയും തളർച്ചയെയും അത്യഗ്നിയെയും വിഷമജ്വരത്തെയും വാതവ്യാധികളെയും ശമിപ്പിക്കും. പോത്തിൻമാംസം ഉഷ്ണവും അതിഗുരുത്വമുള്ളതുമാകുന്നു. ഇത് ഉറക്കത്തെയും ശരീരപുഷ്ടിയെയും പ്രദാനം ചെയ്യുന്നു. പന്നിയുടെ മാംസത്തിന് പോത്തിന്റെ മാംസത്തിന്റെ ഗുണമുണ്ട്. ഇത് വിശേഷിച്ച് തളർച്ചയെ ശമിപ്പിക്കും. രുചിയെയും ശുക്ലത്തെയും

ബലത്തെയും ഉണ്ടാക്കും. മത്സ്യങ്ങൾ ഏറ്റവും കഫവർധകങ്ങളാകുന്നു. ചെമ്മീൻ(ചിലിചിമം) വാതപിത്തകഫങ്ങളായ മൂന്ന് ദോഷങ്ങളെയും വർധിപ്പിക്കും.

മാംസത്തെ ഭക്ഷിക്കുമ്പോൾ യൗവനമുള്ള പക്ഷിമൃഗാദികളെ കൊന്നിട്ട് ഉടനെ അതിന്റെ മലവും അസ്ഥികളും മറ്റ് കളയേണ്ടവയും കളഞ്ഞ് ഭക്ഷിക്കണം. താനേ മരിച്ച ജന്തുവിന്റെ മാംസം ഭക്ഷിക്കരുത്. വളരെ മേദസ്സോടുകൂടിയതും രോഗത്താലോ ജലത്താലോ വിഷത്താലോ കൊല്ലപ്പെട്ടവയെയും ഭക്ഷിക്കാൻ പാടില്ല.

മൃഗമാംസങ്ങളിൽ ഏറ്റവും ഉത്തമമായത് മാനിന്റെ മാംസവും പക്ഷികളിൽ ലാവത്തിന്റെയും ഗുഹയിൽ ജീവിക്കുന്ന ജീവികളിൽ ഉടുമ്പിന്റെയും ആകുന്നു. അതുപോലെ മത്സ്യങ്ങളിൽ ഏറ്റവും ഉത്തമം രോഹീതകമത്സ്യവുമാകുന്നു. കഴിക്കാൻ പാടില്ലാത്ത മാംസങ്ങളെക്കുറിച്ചും ശാസ്ത്രത്തിൽ പറയുന്നുണ്ട്. മൃഗങ്ങളുടെ മാംസങ്ങളിൽ ഗോമാംസവും പക്ഷികളുടെ മാംസങ്ങളിൽ കാട്ടുപ്രാവിന്റെ മാംസവും തവളയുടെ മാംസവും മത്സ്യങ്ങളിൽ ചെമ്മീനും(ചിലിചിമം)പാടില്ലാത്തവയാണ്.

ആയുർവേദത്തിൽ, ഋതുചര്യയിൽ ഓരോരോ ഋതുക്കളിലും കഴിക്കേണ്ട മാംസങ്ങളെക്കുറിച്ച് പറയുന്നുണ്ട്. ഹേമന്തത്തിലും ശിശിരത്തിലും പുഷ്ടിയുള്ള ജന്തുക്കളുടെ മാംസവും നെയ്യ് ചേർത്ത മാംസരസങ്ങളും കഴിക്കണമെന്ന് പറയുന്നു. വസന്തത്തിൽ ശൂലത്തിന്മേൽ കുത്തിവെച്ചിട്ടുള്ള മാംസം കഴിക്കണമെന്നും ഗ്രീഷ്മത്തിൽ മാംസം ചെന്നെല്ലരിച്ചോറിന്റെ കൂടെ കഴിക്കണമെന്നും ശാസ്ത്രത്തിൽ പറഞ്ഞു കാണുന്നുണ്ട്. വർഷ ഋതുവിൽ സംസ്കരിച്ച് കറിയാക്കിയ മാംസങ്ങളും ജാംഗലമാംസവും ശരത്തിൽ ജാംഗലമാസവും കഴിക്കാവുന്നതാണ്.

ശാസ്ത്രത്തിൽ, വസ്തികൽപ്പത്തിൽ ആട്ടിൻമാംസം ചേർത്തുള്ള യോഗങ്ങൾ പറഞ്ഞു കാണുന്നുണ്ട്. ഇവ ഓജസ്സ് വർധിപ്പിക്കുകയും ശരീരത്തിൽ ബൃംഹണമായി(പുഷ്ടി)പ്രവർത്തിക്കുകയും ചെയ്യുന്നു. കാർശ്യത്തിന് ഒരു അഗ്ര്യൗഷധമായിട്ടാണ് ആയുർവേദാചാര്യന്മാർ മാംസത്തെ കണക്കാക്കിയിട്ടുള്ളത്. മാംസരസം സപ്തധാതുക്കളെ പുഷ്ടിപ്പെടുത്തുന്നതും ഹൃദ്യവുമാണ്. ക്ഷയരോഗികൾക്കും ശരീരം മെലിഞ്ഞവർക്കും ശുക്ലം ക്ഷയിച്ചവർക്കും ശരീരത്തിന് ബലവും വർണപ്രസാദവും വേണമെന്ന് ആഗ്രഹിക്കുന്നവർക്കും മാംസാഹാരം നല്ലതാണെന്ന് പറയുന്നു.

കുട്ടികളിൽ പല്ലുവരാൻ വൈകിയാൽ ഉണങ്ങിയ മാംസത്തിന്റെ ചൂർണം തേനും ചേർത്ത് പുരട്ടാൻ വിധിക്കുന്നുണ്ട്. ഗർഭിണീചര്യയിൽ നാലാം മാസത്തിലും അഞ്ചാം മാസത്തിലും മാംസം ചേർത്ത ഹൃദ്യമായ ഭക്ഷണം കഴിക്കാമെന്ന് സുശ്രുതാചാര്യർ വിധിക്കുന്നുണ്ട്. അതുപോലെ എട്ടാംമാസത്തിൽ വസ്തി കഴിഞ്ഞാൽ ഗർഭിണികൾ മാംസരസം കഴിക്കാൻ പറയുന്നു. സൂതികാപരിചര്യയിലും(പെറ്റുകിടക്കുന്ന

സ്ത്രീകൾ ആചരിക്കേണ്ടവ) മാംസരസത്തിന്റെ ഉപയോഗം കാണാം. പ്രസവശേഷം ഏഴാം മാസം മുതൽ പന്ത്രണ്ടാം മാസം വരെ ഔഷധങ്ങൾ കൊണ്ടുണ്ടാക്കിയ മാംസരസം കഴിക്കാമെന്ന് വിധിക്കുന്നുണ്ട്.

സ്നേഹപാനവിധിയിൽ നെയ്യ് കഴിക്കാൻ ഇഷ്ടമില്ലാത്തവർക്കും നെയ്യ് സാത്മ്യമായിട്ടുള്ളവർക്കും കോഷ്ഠം മൃദുവായിട്ടുള്ളവർക്കും ക്ലേശം സഹിക്കുന്നവർക്കും സദാ മദ്യം ഉപയോഗിക്കുന്നവർക്കും ലാവപ്പക്ഷി, തിത്തിരിപ്പുള്ള്, മയിൽ, പന്നി, കോഴി, പശു, കോലാട്, മത്സ്യം എന്നിവയുടെ മാംസം ഹിതമാകുന്നു.

ആനുപമാംസം ഉഴുന്ന്, തേൻ, പാൽ, മുളപ്പിച്ച പയർവർഗങ്ങൾ എന്നിവയോടുകൂടി കഴിക്കുന്നത് ശാസ്ത്രം വിരോധിച്ചിരിക്കുന്നു. പാലും മത്സ്യവും കൂടി ഒരിക്കലും ഉപയോഗിക്കരുത്. പന്നിമാംസവും മുള്ളൻപന്നി മാംസവും കൂടി കഴിക്കരുത്. പച്ചമാംസം പിത്തത്തോടുകൂടി കഴിക്കരുത്. ഉഴുന്നിനോടും മൂലവരിക്കിഴങ്ങിനോടും ചേർത്ത് കഴിക്കരുത്. മത്സ്യത്തിനെ പാകം ചെയ്യുമ്പോൾ ചേർക്കുന്ന എണ്ണയിൽ പാകം ചെയ്യുന്ന മറ്റ് ദ്രവ്യങ്ങൾ വിരുദ്ധങ്ങളാകുന്നു. പ്രാവിന്റെ മാംസം ഒരുരാത്രിവെച്ച് കഴിക്കരുത്. അതുപോലെ മാംസോപയോഗത്തിൽ ഓരോ ദീനങ്ങൾക്കും പ്രത്യേകം മാംസങ്ങൾ പറയുന്നുണ്ട്.

ശുക്ലവൃദ്ധിക്ക് പോത്തിന്റെ മാംസവും വാജീകരണത്തിൽ മത്സ്യം, കോഴിമുട്ട മുതലായവയും അരയന്നം, മയിൽ, കോഴി എന്നിവയുടെ അണ്ഡരസം എടുത്ത് അത് കൂട്ടി ഊണ് കഴിച്ചാലും ശുക്ലവൃദ്ധികരമാകുന്നു. രക്തപിത്ത വിഷയത്തിൽ ഗ്രാമ ജീവികളായ മൃഗങ്ങളുടെയും പക്ഷികളുടെയും രക്തം തേൻ ചേർത്ത് സേവിച്ചാൽ രക്തപിത്തം ശമിക്കുമെന്ന് പറഞ്ഞു കാണുന്നു. ഇതുപോലെ ഓരോ രോഗങ്ങൾക്കും പ്രത്യേകമായി പല മാംസങ്ങളെയും ശാസ്ത്രത്തിൽ പ്രതിപാദിക്കുന്നുണ്ട്. പഞ്ചശോധനകർമങ്ങളിൽ പ്രധാനപ്പെട്ട ഒന്നായ വസ്തി വിഷയത്തിൽ ആട്ടിൻമാംസരസം ചേർത്ത വസ്തി അനേകമുണ്ട്. പുംസവന ചികിത്സയിൽ (ഇൻഫെർട്ടിലിറ്റി) കോഴിമുട്ടയുടെ വെള്ള ചേർത്ത വസ്തിയും അനേക രൂപത്തിൽ വിധിക്കുന്നുണ്ട്.

ശാസ്ത്രം പ്രകൃതിക്ക് വിരുദ്ധമായി ഒന്നും പറയുന്നില്ല. മനുഷ്യനെപ്പോലെതന്നെയാണ് പ്രകൃതിയിൽ മറ്റു ജീവജാലങ്ങളും. അവയുടെ നാശം മനുഷ്യന്റെയും നാശമാണ്. അതുകൊണ്ട് പ്രകൃതിക്ക് വിരുദ്ധമായി മാംസം ഉപയോഗിക്കുന്നത് നിയന്ത്രിക്കേണ്ടതാണ്.

(*മാതൃഭൂമി ആരോഗ്യമാസിക*യിലേക്ക് അയച്ചുകൊടുത്ത ലേഖനം)

2012 ഫെബ്രുവരി 3

13

പ്രമേഹം

ആയുർവേദത്തിൽ പ്രമേഹത്തെ അഷ്ടമഹാരോഗങ്ങളിൽ ഒന്നായിട്ടാണ് കണക്കാക്കിയിരിക്കുന്നത്.

'വാതവ്യാധ്യശ്മരികുഷ്ഠമേഹോദരഭഗന്ദരാ:
അർശ്ശാംസി ഗ്രഹണിത്യഷ്ടൗ മഹാരോഗാ: സുദുസ്തരാ:'

എന്നാണ് *അഷ്ടാംഗഹൃദയ*ത്തിൽ പറയുന്നത്. പ്രമേഹം എന്ന വ്യാധിയെ അന്നപാനക്രിയാജാതമായിട്ടാണ് പ്രതിപാദിക്കുന്നത്. അന്നപാനക്രിയാജാതം എന്നതുകൊണ്ട് ആചാര്യന്മാർ വ്യക്തമാക്കുന്നത് മിഥ്യാഹാരവിഹാരസേവനമാണ്. ഈ രോഗത്തെ വാഗ്ഭടൻ മേഹമെന്നും സുശ്രുതൻ പ്രമേഹമെന്നും ചരകൻ മധുമേഹമെന്നും ഏതാണ്ട് 2000 വർഷങ്ങൾക്കുമുമ്പുതന്നെ പറഞ്ഞിരിക്കുന്നു.

അന്നപാനക്രിയാജാതം യൽ പ്രായസ്തൽ പ്രവർത്തകം
സ്വാദമ്ലലവണസ്നിഗ്ദ്ധഗുരുപിച്ഛിലശീതളം
നവധാന്യസുരാനൂപമാംസേക്ഷുഗുളഗോരസം
ഏകസ്ഥാനാസനരതിശ്ശയനം വിധിവർജിതം

അതായത് നിയന്ത്രണമില്ലാതെ ഭക്ഷണം കഴിക്കുന്നതും ദിനം മുഴുവൻ ഉറങ്ങുന്നതും തൈര്, മദ്യം, മധുരപലഹാരങ്ങൾ എന്നിവ അമിതമായി കഴിക്കുന്നതും പ്രമേഹരോഗത്തിന് കാരണമായി പറയുന്നുണ്ട്. ഈ പറഞ്ഞ കാരണങ്ങളെക്കൊണ്ട് കഫം ദൂഷിതമായി ശരീരത്തിലുള്ള ക്ലേദത്തെയും സ്വേദത്തെയും മേദസ്സിനെയും രസം, മാംസം എന്നീ ധാതുക്കളെയും ദുഷിപ്പിച്ച് വസ്തിയെ ആശ്രയിച്ച് ഉണ്ടാകുന്നതാണ് പ്രമേഹം. ചരകൻ തന്റെ സംഹിതയിൽ ചികിത്സാസ്ഥാനത്തിൽ 'ആസ്യസുഖം സ്വപ്നസുഖം' എന്നാണ് പറഞ്ഞിരിക്കുന്നത്. ആഗ്നേയഗ്രന്ഥിയുടെ പ്രവർത്തന വൈകല്യമാണ് പ്രമേഹത്തിന്റെ പ്രധാന കാരണം.

ആയുർവേദത്തിൽ എല്ലാ വ്യാധികളെയും വാതം, പിത്തം, കഫം എന്നിങ്ങനെ മൂന്ന് ദോഷങ്ങളിലൂടെയാണ് വേർതിരിച്ചിരിക്കുന്നത്. പ്രമേഹം പ്രധാനമായും രണ്ടുവിധത്തിൽ ഉണ്ട്. ജാതപ്രമേഹം(ജന്മനാ ഉള്ളത്) ജന്മോത്തരപ്രമേഹം(ആഹാര-ജീവിത ശൈലിയിൽനിന്ന് ഉണ്ടാകുന്നത്). എന്നാൽ ദോഷങ്ങളുടെ അടിസ്ഥാനത്തിൽ പ്രമേഹം ഇരുപത് വിധമാണ്. വാത പ്രമേഹം പത്തും പിത്തപ്രമേഹം ആറും കഫപ്രമേഹം നാലും ആയി തരംതിരിച്ചിരിക്കുന്നു. ഇതിൽ വാതപ്രമേഹം ചികിത്സിച്ച് ഭേദപ്പെടുത്താൻ പ്രയാസമാണ്. കഫജപ്രമേഹം സുഖപ്പെടുത്താവുന്നതും പിത്തപ്രമേഹം നിയന്ത്രിക്കാവുന്നതുമാണ്. എന്നാൽ ജന്മനാൽ പ്രമേഹരോഗിയാണെങ്കിലും പാരമ്പര്യംമൂലം പ്രമേഹരോഗബാധിതനാവുകയാണെങ്കിലും പൂർണമായും ഭേദപ്പെടുത്താൻ സാധ്യമല്ല. നിയന്ത്രണത്തിൽ കൊണ്ടുവരാനേ കഴിയൂ. മേദസിന്റെയും കഫത്തിന്റെയും വൃദ്ധിയാണ് പ്രമേഹത്തിന്റെ മൂലകാരണമെന്നതിനാൽ വിയർക്കുന്ന രീതിയിലുള്ള വ്യായാമം പ്രമേഹരോഗികൾക്ക് ഏറെ ഗുണം ചെയ്യുന്നതാണ്.

രൂക്ഷം ഉദ്വർത്തനം ഗാഢം വ്യായാമോ നിശിജാഗരഃ
യശ്ചാന്യൽ ശ്ലേഷ്മമേദോഘ്നം ബഹിരന്തശ്ച തദ്ഹിതം.

ഉദ്വർത്തനവും വ്യായാമവും കഫത്തിനെയും മേദസിനെയും കുറക്കുന്ന പ്രവൃത്തികളാകുന്നു. അതുകൊണ്ട് വ്യായാമം പ്രമേഹത്തിന് ഗുണപരമായിത്തീരുന്നു എന്ന് വാഗ്ഭടൻ തന്റെ അഷ്ടാംഗഹൃദയത്തിൽ പറയുന്നു.

പ്രമേഹാരംഭത്തിൽ അധികമായ വിയർപ്പ്, അതിയായ മൂത്രം, ശരീരത്തിന് പഴങ്ങളുടെ ഗന്ധം, വിശ്രമിക്കാനുള്ള അതിയായ ആഗ്രഹം, മടി, വായയ്ക്ക് മധുരരസം, തണുത്ത പദാർഥങ്ങളോട് കൂടുതൽ ഇഷ്ടം, അംഗങ്ങൾ വേർപെട്ട് പോവുന്നതുപോലെ തോന്നൽ, നഖവും മുടിയും വേഗത്തിൽ വളരുക, വായ, തൊണ്ട എന്നിവയ്ക്ക് വരൾച്ച, കൈകാൽ ചുട്ടുനീറ്റൽ, മൂത്രം വീഴുന്ന സ്ഥലത്ത് ഉറുമ്പരിക്കൽ തുടങ്ങിയവയെല്ലാം ലക്ഷണങ്ങളാണ്. മേൽപ്പറഞ്ഞ ലക്ഷണങ്ങൾ എല്ലാംതന്നെ ധാതുക്കൾ ക്ഷയിക്കുന്നതിന്റെ സൂചനയാണ്.

പ്രമേഹത്തിന്റെ ലക്ഷണങ്ങൾ കണ്ടാൽ ഉടൻതന്നെ ചികിത്സ ആരംഭിക്കണം. ചികിത്സയുടെ അഭാവത്തിൽ രോഗം മൂർച്ഛിക്കുകയും ഗുരുതരമായ ഭവിഷ്യത്തുകൾക്ക് കാരണമായിത്തീരുകയും ചെയ്യാം. വിരലുകളിലെയും കാലുകളിലെയുമൊക്കെ രക്തപ്രവാഹം കുറഞ്ഞ് അവിടെയുള്ള കോശങ്ങൾക്ക് നാശം സംഭവിച്ച് അവ ചീഞ്ഞളിയാനും തൽഫലമായി മുറിച്ചുമാറ്റാനും ഇടയാവും. ചികിത്സ അമാന്തിച്ചാൽ പക്ഷാഘാതം, ഹൃദയാഘാതം തുടങ്ങിയ ആഘാതങ്ങളൊക്കെ സംഭവിക്കാവുന്നതാണ്. പ്രമേഹത്തെ വേണ്ടതുപോലെ ചികിത്സിക്കാതിരുന്നാൽ സന്ധികളിലും മാംസമുള്ള സ്ഥലങ്ങളിലും പ്രമേഹ പിടികകൾ അഥവാ കുരക്കൾ ഉണ്ടാവാൻ സാധ്യതയുണ്ട്. അവയ്ക്ക് പ്രത്യേകം ചില പേരുകളും ആചാര്യൻ പറയുന്നുണ്ട്.

സ്ഥൂല: പ്രമേഹി ബലവാനിഹൈക:
കൃശസ്തഥൈക: പരിദുർബ്ബലശ്ച
സബ്യംഹണം തത്ര: കൃശസ്യ കാര്യം
സംശോധനം ദോഷബലാധികസ്യ

തടിച്ചവരും ബലവാന്മാരുമായ രോഗികളെ ആദ്യമായി വിരേചിപ്പിക്കുകയും ഛർദിപ്പിക്കുകയും കൃശന്മാരും ബലഹീനന്മാരുമായ രോഗികളെ ബൃംഹണക്രിയചെയ്ത് ബലവും മാംസവും ഉണ്ടാക്കുകയും വേണം. സംശോധനക്രിയകൾക്ക് അർഹരല്ലാത്ത രോഗികൾക്ക് ശമനചികിത്സ ചെയ്യണം. വമനവിരേചനങ്ങൾ നടത്തിയ രോഗികൾക്ക് സംതർപ്പണവും ചെയ്യണം. പ്രമേഹ പിടികകൾക്ക് ആരംഭത്തിൽ ശോഫചികിത്സയും പഴുത്ത് പൊട്ടിയാൽ വ്രണചികിത്സയുമാണ് വേണ്ടത്.

പ്രമേഹരോഗികൾക്ക് സാംക്രമിക രോഗങ്ങൾ വരാനുള്ള സാധ്യത കണക്കിലെടുത്ത് ചർമ സംരക്ഷണത്തിന് പ്രത്യേകം ശ്രദ്ധകൊടുത്ത് ചികിത്സിപ്പിക്കേണ്ടത് അത്യാവശ്യമാണ്. പ്രമേഹരോഗികൾ കുടയുടെയോ പാദരക്ഷയുടെയോ സഹായമില്ലാതെ 800–900 മൈൽ വരെ നടക്കുന്നത് രോഗം നിയന്ത്രിക്കാൻ സഹായകമാണെന്ന് വാഗ്ഭടൻ പറഞ്ഞിട്ടുണ്ട്. എന്നുവെച്ചാൽ നടക്കുന്നത് പ്രമേഹനിയന്ത്രണത്തിന് ഉത്തമമാണെന്നർഥം.

ദാർവി സുരാഹ്വാ ത്രിഫലാ: സമുസ്താ:
കഷായമുൽക്വാഥ്യ പിബേൽ പ്രമേഹീ
ക്ഷൗദ്രേണയുക്താമഥവാ ഹരിദ്രാം
പിബേദ് രസേനാമലകീഫലാനാം

ചരകചികിത്സയിൽ പ്രമേഹരോഗികൾ കഴിക്കേണ്ട കഷായയോഗമാണ് മുകളിൽ പറഞ്ഞത്. ദാർവി, കടുക്ക, നെല്ലിക്ക, താന്നിക്ക, മുത്തങ്ങ ഇവ കഷായം വെച്ച് തേനും ചേർത്ത് സേവിക്കുക. മഞ്ഞളിന്റെയും നെല്ലിക്കയുടെയും നീരെടുത്ത് തേനും ചേർത്ത് കാലത്ത് കഴിക്കുകയോ അല്ലെങ്കിൽ നെല്ലിക്ക ഇടിച്ചുപിഴിഞ്ഞ നീരിൽ മഞ്ഞൾ അരച്ചു കലക്കി സേവിക്കുകയോ ചെയ്യാം. അഷ്ടാംഗഹൃദയത്തിൽ യവം ത്രിഫലക്കഷായത്തിൽ ഇട്ടുവെച്ച് ഉണക്കി തേനും ചേർത്ത് നിത്യവും സേവിക്കാൻ നിർദേശിക്കുന്നു. അയസ്കൃതിയും ശിലാജതുരസായനവും വിധിക്കുന്നുണ്ട്. ഇവ പ്രമേഹത്തിനെ നിയന്ത്രിക്കുന്നതോടൊപ്പം ഓജസ്സ് വർധിപ്പിക്കുകയും രസായനമായി പ്രവർത്തിച്ച് ആയുസ്സ് കൂട്ടുകയും ചെയ്യുന്നു.

പ്രമേഹത്തിന് പഥ്യം വളരെ ആവശ്യമാണ്. ഗോതമ്പ് കൊണ്ടുണ്ടാക്കുന്ന ഭക്ഷണം അരി ഭക്ഷണത്തിനേക്കാൾ ദോഷരഹിതമാണ്. പാവയ്ക്ക ചെറുതായി അരിഞ്ഞ് തൈരിൻവെള്ളത്തിലിട്ടുവെച്ച് ഉപ്പും ചേർത്ത് സേവിക്കുക, തിളപ്പിച്ചാറിയ പാലിൽ ബ്രഹ്മിനീര് ചേർത്ത് സേവിക്കുക, തൊട്ടാവാടി ഇടിച്ചുപിഴിഞ്ഞ നീര് ദിവസവും സേവിക്കുക, കുമ്പളത്തിന്റെ ഇല ഇടിച്ചു പിഴിഞ്ഞ നീര് 5 സ്പൂൺ സേവിക്കുക, ഉലുവ പൊടിച്ച് മോരിൽ കലക്കി അത്താഴത്തിന് മുമ്പെ സേവിക്കുക. ചെമ്പകപ്പൂവ് അരച്ച് പാലിൽ സേവിക്കുക, ചെറൂളവേര് അരച്ച് മോരിൽ

സേവിക്കുക, ഏകനായകവും പച്ചമഞ്ഞളും മോരിൽ അരച്ച് സേവിക്കുക ഇവയെല്ലാം പ്രമേഹത്തിനുള്ള പ്രതിവിധികളായി ശാസ്ത്രത്തിൽ പറഞ്ഞു കാണുന്നുണ്ട്.

ഈ വിഷയത്തിൽ ഒരു ചെറിയ അനുഭവം ഓർമിക്കുകയാണ്. എന്റെ ഗുരുനാഥൻ അതായത് പിതാമഹൻ നടത്തിയ ചികിത്സയുമായി ബന്ധപ്പെട്ടതാണ്. 1950 കൾക്ക് മുമ്പ് നടന്നതാണിത്. പ്രഗത്ഭനായ ഒരു വക്കീലാണ് രോഗി. പ്രമേഹരോഗിയായ വക്കീലിന്റെ ചികിത്സക്കായി അന്ന് പിതാമഹനെ പാലക്കാട്ടേക്ക് കൊണ്ടുപോവുകയാണുണ്ടായത്. ആ രോഗിക്ക് ആദ്യമായി കൊടുത്തത് ആമലകരസായനമായിരുന്നു. പച്ച നെല്ലിക്ക പ്ലാശിൻ മരം തുരന്ന് അതിനുള്ളിലിട്ട് സ്വേദിപ്പിച്ചതിനുശേഷം നെയ്യും തേനും ചേർത്ത് ഭരണിയിലാക്കിവെച്ച് നാലുദിവസം കഴിഞ്ഞാൽ അതിൽനിന്ന് ദഹനശക്തിയും ദേഹബലവും അനുസരിച്ച് ആറോ എട്ടോ നെല്ലിക്ക വീതം രാവിലെയും രാത്രിയും കഴിച്ച് അനുമാനമായി പാല് കുടിക്കാനാണ് പറഞ്ഞതെന്നാണ് ഓർമ. അത് രസായനവിധിയിൽ പറയുന്ന ഒരു ക്രമമാണ്. പ്രസ്തുത രോഗി അതിനെ പൂർണമായി പരിപാലിച്ചിട്ടൊന്നുമില്ലെങ്കിലും ഏറെക്കുറെ ശ്രദ്ധയോടും പഥ്യത്തോടുംകൂടി ഒരു മാസം സേവിക്കുകയുണ്ടായി. അതിനുശേഷം അദ്ദേഹത്തിന്റെ രോഗം ക്രമേണ കുറഞ്ഞ് തീരെ ഇല്ലാതായി മരണംവരെ പ്രമേഹം ഉപദ്രവിച്ചിട്ടില്ലെന്നത് അത്ഭുതമായി തോന്നുകയാണ്.

ഭാരതത്തിൽ ഏതാണ്ട് പതിനാല് കോടിയോളം പ്രമേഹരോഗികൾ ഉണ്ടെന്നാണ് സ്ഥിതിവിവര കണക്കുകൾ സൂചിപ്പിക്കുന്നത്. ക്യാൻസറും ഹൃദ്രോഗവും ജീവഹാനിക്ക് കാരണമാവുന്നതാണല്ലോ. അതേപോലെ ശരീരക്ലേശത്തെ വർധിപ്പിക്കാനും ഓജസിനെ നശിപ്പിക്കാനും ഏറെ സഹായിക്കുന്നതാണ് പ്രമേഹം. ഇന്നത്തെ ഈ ഫാസ്റ്റ് ഫുഡ് യുഗത്തിൽ പ്രമേഹം മനുഷ്യനെ കീഴ്പ്പെടുത്തിക്കൊണ്ടിരിക്കുകയാണ്. ദിനചര്യകളിലെ പാകപ്പിഴകളാണ് ഇതിന് പ്രധാന കാരണം. പോഷകങ്ങൾ നിറഞ്ഞ ആഹാരം ധാരാളം കഴിക്കുകയും ഏറെയൊന്നും അധ്വാനിക്കാതെ സുഖജീവിതം നയിക്കുകയും ചെയ്യുന്നവർക്ക് രോഗസാധ്യത കൂടുതലാണ്. കൂടാതെ പാരമ്പര്യവും പ്രധാനഘടകമാണ്. മാതാപിതാക്കളിൽ രണ്ടു പേരും പ്രമേഹരോഗികളാണെങ്കിൽ മക്കൾക്കും രോഗം പിടിപെടാനുള്ള സാധ്യത വളരെ കൂടുതലാണ്. ആരെങ്കിലും ഒരാൾ പ്രമേഹരോഗിയാണെങ്കിലും സാധ്യതയുണ്ട്. അടുത്ത ബന്ധുക്കൾ തമ്മിൽ വിവാഹിതരാകുന്നവരിൽ ജനിക്കുന്ന കുട്ടികൾക്കും പ്രമേഹരോഗസാധ്യത ഉണ്ടാവാം. അമ്പത് വയസിന് മുകളിലുള്ളവർക്കാണ് ഈ രോഗം കൂടുതലായി കണ്ടുവരുന്നതെങ്കിലും ഇപ്പോൾ യുവാക്കളിലും കുട്ടികളിലും ധാരാളം കാണുന്നുണ്ട്. മാനസികമായ ധൈര്യവും ഭക്ഷണത്തിലൂടെയുള്ള നിയന്ത്രണവും നിരന്തരമായ വ്യായാമവും കൊണ്ട് പ്രമേഹരോഗത്തെ ഒരു പരിധിവരെ കൈപ്പിടിയിൽ ഒതുക്കാവുന്നതാണ്.

(*മാതൃഭൂമി ആരോഗ്യമാസിക*യിലേക്ക് അയച്ചുകൊടുത്ത ലേഖനം)

2011 ഡിസംബർ 2

14

ശതാവരി

ശതാവരി വിരുദ് വർഗത്തിലെ പൃഥുക്ഷുപ വിഭാഗത്തിൽ പെടുന്നു. ഈ നാമങ്ങൾ കേവലം സാങ്കേതികങ്ങളാണ്. ഇത് സാമാന്യേന എല്ലാ പ്രദേശങ്ങളിലും ഉണ്ടാകുന്നതും പച്ചനിറത്തിൽ ലതാരൂപത്തിൽ ചെറിയ മുള്ളുകൾ ഉള്ളതാകുന്നു. കുലയായി ഉണ്ടാകുന്ന പുഷ്പങ്ങളോടും ഉരുണ്ട ബീജത്തോടും കൂടിയതാണ്. ശതാവരിയുടെ കിഴങ്ങ് ഗ്രാഹ്യാംശമായി ഉപയോഗിക്കാവുന്നതാണ്. മണ്ണിനടിയിൽ സുമാർ നാലോ അഞ്ചോ ഇഞ്ച് താഴെയായി കാണ്ഡത്തിന്റെ ചുറ്റുപാടും കിഴങ്ങുകൾ ഉണ്ടാകുന്നു. നിറയെ കിഴങ്ങുകൾ ഉണ്ടാകുന്നതുകൊണ്ടായിരിക്കാം ശതാവരി, സഹസ്രമൂലി എന്നിങ്ങനെ പേരുവന്നത്. സംസ്കൃതത്തിൽ ശതവീര്യാ, അഭീരു, നാരായണി, കണ്ടകാ, ദശവീര്യാ, വരീ, സഹസ്രമൂലീ എന്നും തമിഴിൽ കിലവരി, തണ്ണീർവിട്ട എന്നും പറയുന്നു. ജലാംശം അധികമായുള്ളതാണ് ഇതിന്റെ കിഴങ്ങ്. പച്ചയായി ഉപയോഗിക്കാൻ വിധിച്ചിട്ടുള്ള മരുന്നുകളിലൊന്നാണിത്. ഉണങ്ങിയാൽ ചുങ്ങിയ തോലും ആരും മാത്രം ബാക്കിയാവും. എളുപ്പത്തിൽ ഉണങ്ങുന്നതുമല്ല.

*സുശ്രുതസംഹിത*യിൽ വാതശമന വർഗത്തിലും പിത്തശമനവർഗത്തിലും ശതാവരിയെ ഉൾപ്പെടുത്തുന്നു. *ചരകസംഹിത*യിൽ ബല്യമായും പ്രത്യേകിച്ച് പ്രജാസ്ഥാനമായും പറയുന്നു. ജീവനീയ പഞ്ചമൂലത്തിലെ ആദ്യത്തെ ഔഷധമാണ് ശതാവരി. ഭാവപ്രകാശത്തിലാകട്ടെ ഇതിനെയും ഗുളൂച്യാദി വർഗത്തിൽ പെടുത്തിയിരിക്കുന്നു.

ഇതിന്റെ രസം തിക്തസമ്മിശ്രമായ മധുരമാണ്. ഗുരു-സ്നിഗ്ധ ഗുണങ്ങളോടു കൂടിയതാണ്. വീര്യം ശീതമാണ്. വിപാകം മധുരമാണ്. രസായനഗുണത്തോടുകൂടിയതുമാണ്. വാതപിത്തങ്ങളെ ശമിപ്പിക്കു

ന്നതും രക്തമോക്ഷത്തെ തീർക്കുന്നതും ക്ഷയരോഗം, പ്രമേഹം എന്നിവയെ ശമിപ്പിക്കുന്നവയും ബലത്തെ വർധിപ്പിക്കുന്നതും കണ്ണിന് അത്യന്തം ഹിതമായതുമാണ്. പ്രത്യേകിച്ച് പുംസവന ചികിത്സയിലും സ്ത്രീകളുടെ രക്തംപോക്ക്, വെള്ളപോക്ക്(അസ്ഥിസ്രാവം) മുതലായ രോഗങ്ങളിലും പുരുഷന്മാർക്ക് ബീജവൃദ്ധിക്കായും വിശിഷ്ടൗഷധമായി ഉപയോഗിക്കുന്നു. പുരുഷന്മാർക്ക് സോമരോഗം എന്ന പ്രത്യേക രോഗത്തിലും ശതാവരിയുടെ നീര് സേവിക്കാൻ വിധിക്കുന്നുണ്ട്. മുലപ്പാൽ വർധിപ്പിക്കുന്ന വിശിഷ്ട ഔഷധങ്ങളിൽ ഒന്നാണിത്. രക്തസ്തംഭനം, മൂത്രാശയരോഗങ്ങൾ എന്നിവയിലും അതിപ്രഭാവശാലിയാണ്.

ശതാവരി അടങ്ങുന്ന പ്രധാന ലേഹ്യങ്ങളിലൊന്നാണ് ശതാവരി ഗുളം. ശതാവര്യാദി, രാസ്നാദി, അമൃതപ്രാശം തുടങ്ങിയ ഘൃതങ്ങളിലും മഹാരാസ്നാദി, ശതാവരീഗോപകന്യാദി, വരീബലാമൃതാദി, മുസലീഖദിരാദി തുടങ്ങിയ കഷായങ്ങളിലും ഗിവഗുളിക, മർമഗുളിക, യോഗരാജഗുൽഗുലു തുടങ്ങിയ ഗുളികകളിലും വാതാശനി, മഹാനാരായണ തൈലം, പ്രഭഞ്ജനം, സഹചരാദി, അണുതൈലം തുടങ്ങിയ തൈലയോഗങ്ങളിലും ശതാവരി അടങ്ങുന്നുണ്ട്.

ഇതുപോലെ അനേകം ഔഷധങ്ങൾ ഉൾക്കൊണ്ട പൗരാണിക ആരോഗ്യശാസ്ത്രമാണ് ആയുർവേദം. ഓരോ ചെടിയെക്കുറിച്ചും ഇങ്ങനെ വിശദ വിജ്ഞാനം നൽകാൻ സാധിച്ചാൽ സാധാരണക്കാർക്ക് അത് അനുഗ്രഹവും ആശ്വാസവും ആവശ്യവുമാകുമെന്ന് തോന്നുന്നു.

പൂർവാചാര്യന്മാർ ലോകത്തിലുള്ള എല്ലാ ദ്രവ്യങ്ങളും ഔഷധങ്ങളായിത്തന്നെ കാണുന്നുണ്ട്. അതിൽ ഏതുദ്രവ്യം ഏതുരോഗത്തിന് ഏതവസ്ഥയിൽ എങ്ങനെ കൊടുക്കാം എന്നതിന്റെ വിവരമാണ് ശാസ്ത്രത്തിലൂടെ അവർ സ്നേഹപൂർവം നമുക്കു നൽകിയിരിക്കുന്നത്. അതിനെ വേണ്ടവിധത്തിൽ മനസിലാക്കി വേണ്ടപ്പോൾ വേണ്ടവർക്ക് വേണ്ടപോലെ ഉപയോഗപ്പെടുത്തുക എന്നതാണ് വൈദ്യന്റെ ധർമം.

15

ചില പഴവർഗങ്ങളും അവയുടെ ഔഷധഗുണങ്ങളും

പഴങ്ങളുടെ വർഗത്തിൽ ഉത്തമമായത് മുന്തിരിങ്ങയാണ്. അത് വൃഷ്യയാണ്. വൃഷ്യ എന്നാൽ ബീജ വർധകം എന്നും പോഷിപ്പിക്കുന്നത് എന്നും അർഥമാകുന്നു. കണ്ണിന് വളരെ നല്ലതാണ്. മലമൂത്രങ്ങളെ പ്രവർത്തിപ്പിക്കുന്നതാണ്. കഴിക്കുന്ന സമയത്തും ദഹിച്ചാലും മധുരം തന്നെയാണ് രസം. സ്നിഗ്ധ സ്വഭാവമുള്ളതാണ്. അൽപ്പം ചവർപ്പുരസമുണ്ട്. ശീതവീര്യമാണ്. ഗുരുവാണ്(ഗുരു-ദഹിക്കാൻ ബുദ്ധിമുട്ടുള്ളത്). വാതവികാരങ്ങൾ, രക്തപിത്തം, വായയ്ക്ക് കയ്പ്, മദാന്യയം എന്ന രോഗം, തൃഷ്ണാരോഗം(ദാഹം), ചുമ, പനി, ശ്വാസംമുട്ട്, ഒച്ചയടപ്പ്, ഉരക്ഷതം, ക്ഷയരോഗം എന്നിവക്ക് ഔഷധമാണ്.

മധുരമുള്ള താളിമാതളത്തിൻ കായ പിത്തവൃദ്ധിയെ ശമിപ്പിക്കും. ത്രിദോഷങ്ങളെ ശമീകരിക്കും. രസം മധുരമാണ്. ഇക്കൂട്ടത്തിൽ ദാഡിമം മധുരമുള്ളതും പുളിയുള്ളതും രണ്ടുതരമുണ്ടെന്നും രണ്ടിനും സാമാന്യേന ഏകസ്വഭാവമാണെന്നും പറയുന്നു. ഹൃദ്രോഗത്തിൽ വിശേഷമാണ്. പക്ഷേ ഗ്രാഹിയായതിനാൽ കുറച്ച് മലബന്ധം ഉണ്ടാക്കും.

വാഴപ്പഴം, ഈത്തപ്പഴം, ചക്കപ്പഴം, നാളികേരം, ചിറ്റീന്തലിൻ കായ, അമ്പഴങ്ങ, പഴമൂൺപാലപ്പഴം, ഇലിപ്പപ്പഴം, ചിറ്റിലന്തപ്പഴം, ലന്തപ്പഴം, അഴിഞ്ഞിലിൻ പഴം, അത്തിപ്പഴം, നറുവരിപ്പഴം, മാമ്പഴം, മരോട്ടിപ്പഴം (നിരട്ടി), മലയുക മരത്തിന്റെ പഴം, പൂവ്വത്തിൻ പഴം, മരവാഴപ്പഴം ഇവ എല്ലാം ദേഹത്തെ പുഷ്ടിപ്പെടുത്തുന്നവയാണ്. ഗുരുത്വവും ശീതവീര്യവും ഉള്ളവയാണ്. ശരീരത്തിന്റെ ചുട്ടുനീറ്റലിനെ ഇല്ലാതാക്കുന്നതാണ്. ദേഹസന്താപത്തെയും ഉരക്ഷതത്തെയും രാജയക്ഷ്മാവിനെയും ശമിപ്പിക്കുന്നതാണ്. രക്തപിത്തദോഷങ്ങളെ കുറയ്ക്കും. സ്വാദ് മധുരമാണ്. വിപാകരസവും മധുരംതന്നെ.

കരിമ്പനപ്പഴം പിത്തവൃദ്ധികരമാണ്. കുമിഴിൻപഴം ശീതവീര്യമാണ്. മലമൂത്രബന്ധങ്ങളെ തീർക്കുന്നതാണ്. അത് മുടിയഴകിന് നല്ലതാണ്. മേധയെ വർധിപ്പിക്കും. രസായനഗുണങ്ങൾ ഉള്ളതാണ്.

മുരളിൻപഴത്തിന്റെ ഉള്ളിലെ കഴമ്പ് മധുരരസമാണ്. ശുക്ലവൃദ്ധികരമാണ്. വാതപിത്തങ്ങളെ ശമിപ്പിക്കും. ലന്തപ്പഴവും സാമാന്യേന ഇതുപോലെതന്നെയുള്ളതാണ്.

പഴുത്ത കൂവളക്കായ ദഹിക്കാൻ ബുദ്ധിമുട്ടുള്ളതാണ്. മൂന്ന് ദോഷങ്ങളെയും വർധിപ്പിക്കും. വയറ്റിൽ വായുകോപവും വായുവിന് ദുർഗന്ധവും ഉണ്ടാക്കും. അതേസമയം കൂവളക്കായ മൂക്കാത്തതാണെങ്കിൽ അഗ്നിദീപ്തിയെ ഉണ്ടാക്കുന്നതാണ്. കഫവാതശമനമാണ്. മലബന്ധത്തെ ഉണ്ടാക്കുന്നതാണ്. മലബന്ധമുണ്ടാക്കൽ പാകം വന്നതിനും ഉള്ളതാണ്.

ഞാവൽപ്പഴം ഗുരുത്വത്തോട് കൂടിയതാണ്. വയറിന് സ്തംഭനത്തെ ഉണ്ടാക്കുന്നതാണ്. ശീതവീര്യമാണ്. വാതത്തെ കോപിപ്പിക്കുന്നതാണ്. മലമൂത്രാദി പ്രവൃത്തിയെ കുറയ്ക്കുന്നതാണ്. ഒച്ചയടപ്പുണ്ടാക്കുന്നതാണ്. കഫപിത്തങ്ങളെ ശമിപ്പിക്കുന്നതും ആകുന്നു.

കണ്ണിമാങ്ങ വാത-പിത്ത-രക്തങ്ങളെ വർധിപ്പിക്കും. അണ്ടിയുറച്ച മാങ്ങ കഫപിത്തങ്ങളെ വർധിപ്പിക്കും. പഴുത്തമാങ്ങ വാതത്തെ ശമിപ്പിക്കും. മധുര രസമാണ്. പുളി കലർന്നതാണ്. കഫത്തെയും ശുക്ലത്തെയും വർധിപ്പിക്കുന്നതാണ്.

മാതളനാരങ്ങയുടെ തൊലി കയ്പ്പോടും എരിവോടും മെഴുക്കോടും കൂടിയതാണ്. രസം മധുരമാണ്. വാതപിത്തങ്ങളെ ശമിപ്പിക്കുന്നതാണ്. ഗുരുത്വത്തോട് കൂടിയതാണ്. മാതളനാരങ്ങയെത്തന്നെ ചിലർ ഗണപതിനാരങ്ങ എന്നും ചിലർ വള്ളിനാരങ്ങ എന്നും പറയുന്നു. ഇപ്പോൾ പലരും 'ദാഡിമം' എന്ന പദത്തിന്റെ അർഥമായ താളിമാതളത്തെ മാതളനാരങ്ങ എന്ന് പറയുന്നു. മാതളനാരങ്ങയുടെ കേസരം കാസശ്വാസഹരമാണ്. എക്കിട്ടിനെ കുറയ്ക്കും. മദാത്യയശമനമാണ്. വായ് വരൾച്ചയെ കുറയ്ക്കുന്നതാണ്. വാത-കഫ-പിത്ത രസങ്ങളെ കുറയ്ക്കുന്നതാണ്. രുചിക്കുറവിനെയും വയറുവേദനയെയും മഹോദരത്തെയും അർശസിനെയും ശൂലയെയും അഗ്നിമാന്ദ്യത്തെയും കുറയ്ക്കുന്നതാണ്.

ചേരിൻകുരുവിന്റെ തൊലിയും കഴമ്പും ദേഹത്തെ തടിപ്പിക്കുന്നതാണ്. മധുരരസമാണ്. ശീതവീര്യമാണ്.

16

ഓണവും ആരോഗ്യശാസ്ത്രവും

കേരളത്തിൽ ആചരിച്ചുവരുന്ന ഓണാഘോഷവും ശരീരോപചാരമായ ആരോഗ്യശാസ്ത്രവും തമ്മിൽ ഉള്ള പരസ്പര പൂരകങ്ങളായ ബന്ധങ്ങൾ എന്തെങ്കിലുമുണ്ടോ? ഉണ്ടെങ്കിൽ എന്താണ് എന്നതിനെക്കുറിച്ച് സ്വയം സ്വതന്ത്രമായി ഒന്നു ചിന്തിച്ചുനോക്കാനാണ് ഈയൊരു പ്രകരണത്തെക്കൊണ്ട് ഉദ്ദേശിക്കുന്നത്. വാസ്തവത്തിൽ ബാഹ്യമായ ചിന്തയിലൂടെ പരസ്പരബന്ധം മനസിലാവില്ലെങ്കിലും രണ്ടിനെയും വേണ്ടപോലെ ഉൾക്കൊണ്ട് ചിന്തിച്ചാൽ പല കാര്യങ്ങളെക്കൊണ്ടും ബന്ധപ്പെട്ടുകിടക്കുന്നതാണ് ഇവരണ്ടുമെന്നുതന്നെ പറയേണ്ടിവരും. ആ രണ്ടെണ്ണമായ ഓണാഘോഷവും ആരോഗ്യശാസ്ത്രവും നമുക്കൊന്ന് വേർതിരിച്ചുനോക്കാം.

ഓണം എന്നാൽ നമ്മുടെ ഭാഷയിൽ തിരുവോണം, സംസ്കൃതഭാഷയിൽ ശ്രാവണം. ഈ ശ്രാവണത്തെ ആഘോഷിക്കാൻവേണ്ടി അതിന്റെ പത്തുദിവസം മുമ്പു മുതൽ തുടങ്ങുന്ന ചടങ്ങുകൾ തിരുവോണം കഴിഞ്ഞ് വീണ്ടും മൂന്നുനാലു ദിവസം നീണ്ടുപോകുന്നു. തിരുവോണത്തിന്റെ മഹത്വത്തെ ആദരപൂർവം ആചരിക്കുവാൻ വേണ്ടിയാണ് മുമ്പും പിമ്പുമുള്ള ദിവസങ്ങളെ ആഘോഷിക്കുന്നതെന്നു പറയേണ്ടിവരും. ചിങ്ങമാസത്തിലാണ് തിരുവോണം വരുന്നത്. തിരുവോണം വരുന്ന കാലം ചാന്ദ്രമാസങ്ങളിൽ ശ്രാവണമാസവുമാകും. ഈ ശ്രാവണമാസത്തിലെ തിരുവോണം നക്ഷത്രത്തിലാണത്രെ നാമിന്ന് ഓണക്കാലത്ത് ആരാധിച്ചു കൊണ്ടുപോരുന്ന മഹാബലിയുടെ ജന്മദിനം. അത്രയും പോരാ, ആദാനകാലത്തിന്റെ ആത്യന്തിക തീക്ഷ്ണത അവസാനിപ്പിച്ച് വിസർഗകാലത്തിന്റെ കുളിർമ പരക്കുന്ന കാലവുമാണ് ചിങ്ങമാസം. കർക്കിടക മാസം മുതൽ പ്രകൃതിയുടെ നവീകരണ പ്രക്രിയ തുടങ്ങു

കയായി. അതനുസരിച്ചാണ് ശരീരത്തിന്റെ നവീകരണപ്രക്രിയക്ക് നാന്ദി കുറിക്കുന്ന കർക്കിടക മാസം പതിനാറാം തീയതിയിലെ ഔഷധസേവ എന്നും ചിന്തിച്ചുനോക്കുമ്പോൾ ഓണത്തിനും ആരോഗ്യ ശാസ്ത്രമായ ആയുർവേദത്തിനുമുള്ള ബന്ധത്തെ ആഴത്തിലറിയാൻ കഴിയുക. പ്രത്യേകിച്ച് ഓണമാകുമ്പോഴേക്ക് പാടത്തെ കൃഷി കൊയ്ത് ഉമ്മറത്തെത്തിക്കഴിഞ്ഞിരിക്കും. അതായത് ആദ്യംകൂട്ടി ഉണ്ടാക്കുന്ന വിള കൊയ്ത് ഇല്ലം നിറ വല്ലം നിറ എന്ന ആചാരത്തോടുകൂടി എത്തിയിരിക്കുമെന്നർഥം. വാസ്തവത്തിൽ കാലചക്രത്തിൽ തിരിഞ്ഞുകൊണ്ടിരിക്കുന്ന പ്രപഞ്ചത്തിന് കാലികമായ നിബന്ധനകൾ അത്യന്തം ബാധകമായി കാണാറുണ്ട്. വിരിപ്പു കൃഷിയിലെ പല നെൽവിത്തുകളും മുണ്ടക കൃഷിയിൽ ഉപയോഗിച്ചാൽ മുളയ്ക്കാൻ കൂട്ടാക്കാറില്ല. അതുപോലെ വേനൽക്കായ്ക്കറിയിലെ വിത്തുകൾ പലതും വർഷത്തിൽ വളർന്ന് ഫലപ്പെടുകയില്ല. ഇതൊക്കെയാണ് കാലിക നിബന്ധനകൾ എന്നതിനെക്കൊണ്ട് ഉദ്ദേശിച്ചത്.

ഇന്നത്തെ പരിഷ്കൃത ലോകത്തിൽ പലതിനും മാറ്റം വന്നിട്ടുണ്ടെങ്കിലും പണ്ട് കാലത്ത് നേന്ത്രവാഴ കർക്കിടകത്തിനു മുമ്പും ചിങ്ങത്തിനു പിമ്പും കുലച്ചുകാണാറില്ല. ഈ പ്രകൃതി നിയമങ്ങൾ അലംഘ്യമായിരുന്ന ഒരു കാലമുണ്ടായിരുന്നു. ഇപ്പോൾ അതിലും മാനവബുദ്ധിയുടെ പരിഷ്കാരങ്ങൾ അത്ഭുതം സൃഷ്ടിച്ചുകൊണ്ടിരിക്കുകയാണ്. ചുരുക്കത്തിൽ ചിങ്ങമാസത്തിലെ(ചിങ്ങം സംസ്കൃതത്തിൽ സിംഹമാണ്)ഓണാഘോഷത്തെ പുതുവർഷത്തിലെ സസ്യസമ്പത്തിന്റെ സമൃദ്ധിയെ ആഘോഷപൂർവം എതിരേൽക്കുകയാണ് എന്നുതന്നെ പറയാം. ഇത്രയും കാര്യങ്ങൾ കാലാനുസൃതമായ പ്രപഞ്ചാരോഗ്യത്തെക്കുറിച്ച് ചിന്തിക്കുമ്പോൾ തോന്നിയതാണ്.

ഇനി ഇതേ ബുദ്ധിയോടെതന്നെ ആരോഗ്യശാസ്ത്രമായ ആയുർവേദത്തെക്കുറിച്ചും അന്വേഷണബുദ്ധിയോടെ ചിന്തിച്ചാൽ ഏറെക്കുറെ ഇതേകാര്യങ്ങൾതന്നെയാണ് മനസിലാക്കാൻ സാധിക്കുക. പക്ഷേ, ആദ്യം പറഞ്ഞത് പ്രപഞ്ചത്തിന്റെ കാലികാവസ്ഥയാണെങ്കിൽ രണ്ടാമത്തേത് ശരീരത്തിന്റെ ആരോഗ്യസംരക്ഷണമാണ്. ശരീരത്തിനും ഗ്രീഷ്മകാലത്തിന്റെ തീക്ഷ്ണതയിലെ ആദാനസ്വഭാവത്തിൽനിന്ന് വർഷർത്തുവിലെ വിസർഗസ്വഭാവത്തിലേക്ക് എത്തുമ്പോൾ നവീകരണംതന്നെയാണ് നടന്നുകൊണ്ടിരിക്കുന്നത്. ആ നവീകരണത്തിന് സഹായംചെയ്യുക എന്നതാണ് ദിനചര്യകൊണ്ടും ആഹാരാദികളെക്കൊണ്ടും ഔഷധങ്ങളെക്കൊണ്ടും ഉദ്ദേശിക്കുന്നത്. ഓണക്കാലത്ത് ശരീരലാഘവം വർധിക്കാനായി പന്തുകളി, ആട്ടക്കളം, കാരകൊട്ട് (ഇന്നത്തെ ഹോക്കിയുടെ പ്രാകൃതരൂപം), ഓണത്തല്ല് എന്നിവ പുരുഷന്മാർക്കും കൈകൊട്ടിക്കളി, ഊഞ്ഞാലാട്ടം എന്നിവ സ്ത്രീകൾക്കും പണ്ട് എല്ലാപ്രദേശത്തും നടപ്പുണ്ടായിരുന്നു. ആ ശരീര വ്യായാമംകൊണ്ട് ദേഹത്തിലെ സപ്തധാതുക്കളും പുഷ്ടിപ്പെട്ട് ശരീരത്തിന് ലാഘവം കിട്ടാനും കർമസാഫല്യത്തിനും സഹായകമായിരുന്നു.

നമ്മുടെ നാട്ടിൽ ഇടവപ്പാതി മുതൽ വർഷകാലമെന്ന് പറയാമെങ്കിലും ഭാരതത്തിന്റെ ഭൂമധ്യരേഖയ്ക്കപ്പുറത്ത് ഇടവപ്പാതിയില്ല. അവിടങ്ങളിൽ വർഷം തുടങ്ങുമ്പോഴേക്കും കർക്കിടകാരംഭമാകും. അതനുസരിച്ച് ഋതുചര്യാ ക്രമത്തിലും അൽപ്പാൽപ്പം ഭേദഗതികൾ അനുഭവപ്പെടാതെ നിവൃത്തിയില്ലല്ലോ. ഇത് കാലത്തെയും ദേഹത്തെയും ഒരുപോലെ ബാധിക്കാതിരിക്കില്ലെന്നത് തീർച്ചയാണ്. ഈ വിഷയത്തെക്കുറിച്ച് അയനസ്വഭാവത്തിലും ആദാനവിസർഗസ്വഭാവത്തിലും വേറെവേറെ വിശകലനം ചെയ്താൽ എത്രയും വിപുലീകരിക്കാൻ സാധിക്കുന്നതാണ്. ഇതു തന്നെയാണ് ഓണവും ആരോഗ്യശാസ്ത്രവും ആയുർവേദവും തമ്മിലുള്ള പരസ്പരപൂരകങ്ങളായ ബന്ധം എന്നും മനസിലാക്കണം.

17

നാം പ്രകൃതിയോടകന്നുപോവുന്നു

മനുഷ്യസമൂഹമുൾപ്പെടെ എല്ലാം ജീവജാലങ്ങളും പ്രകൃതിയിൽ നിന്ന് മെല്ലെ മെല്ലെ അകന്നു പോയിക്കൊണ്ടിരിക്കുകയാണോ എന്നൊരു ഭയം എന്നെ വല്ലാതെ അലട്ടുന്നു. ഇപ്പോഴത്തെ പല കാര്യങ്ങളെക്കൊണ്ടും അങ്ങനെ തോന്നിപ്പോവുകയാണ്. പിതൃ-മാതൃബന്ധമില്ലാതെ സന്തതി ഉൽപ്പാദിപ്പിക്കാനുള്ള തന്ത്രങ്ങൾവരെ മെനഞ്ഞുകൊണ്ടിരിക്കുന്ന കാലഘട്ടത്തിലാണ് നാം ജീവിക്കുന്നത്. പഞ്ചഭൂതാത്മകമായ പ്രകൃതിയിലെ എല്ലാ ഉൽപ്പന്നങ്ങളിലും ഇത് നിർബന്ധരൂപേണ പ്രാവർത്തികമാക്കിക്കൊണ്ടിരിക്കുന്നു. പ്രപഞ്ച ഉൽപ്പന്നങ്ങൾക്ക് മൂലഘടകമായ പഞ്ചഭൂതങ്ങളുടെ ബന്ധമുള്ളേടത്തോളം കാലം തജ്ജന്യമായ എന്തിലുംതന്നെ വൈകല്യം വരുത്തുന്നതും വ്യഭിചരിക്കുന്നതും അത്യന്തം ആപൽക്കരവും സമൂഹത്തിന് ദൂരവ്യാപകമായ ദോഷംചെയ്യുന്നതുമാണ്.

ഇവിടെ ഞാൻ എഴുതാൻ ഉദ്ദേശിക്കുന്നത് ഇപ്പോൾ നമ്മുടെ മുന്നിൽ പ്രത്യക്ഷപ്പെട്ടുകൊണ്ടിരിക്കുന്ന, ബി ടി വഴുതന എന്ന് നാമകരണം ചെയ്ത, ജനിതകമാറ്റം വരുത്തിയ പച്ചക്കറിയെ ഉദ്ദേശിച്ചാണ്. ബാസില്ലസ് തുറിൻജിയൻസിസ് എന്ന ബാക്ടീരിയയുടെ ജീൻ നിക്ഷേപിയ്ക്കപ്പെട്ടിട്ടുള്ളതാണത്രെ ഈ പച്ചക്കറി. ഇത് കീടങ്ങളെ ചെറുക്കുമെന്നും ഉൽപ്പാദനം വർധിപ്പിക്കുമെന്നും കൃഷിച്ചെലവ് കുറയ്ക്കുമെന്നുമൊക്കെ അതിന്റെ ഉൽപ്പാദകർ പറയുന്നതായി ദൃശ്യ-ശ്രവ്യമാധ്യമദ്വാര കാണുകയും കേൾക്കുകയും ചെയ്യുന്നു. ഇങ്ങനെ ഉൽപ്പാദിപ്പിക്കുന്ന വഴുതന, ഷഡ്പദങ്ങളുൾപ്പെടെയുള്ള ചെറുകീടങ്ങൾ തിന്നാൻ ശ്രമിച്ചാൽ അതിനെ നശിപ്പിക്കാൻ ബി ടി ജീൻ എന്ന ഒരു വിഷവസ്തു ഉൽപ്പാദിപ്പിക്കുമത്രെ. ഈ വിഷവസ്തു മനുഷ്യൻ

മുതലായവയുടെ ശരീരത്തിലെത്തിയാലും നാശം സംഭവിക്കില്ലേ? ഇങ്ങനെ ജനിതകമാറ്റം വരുത്തുമ്പോൾ അതിന്റെ ഔഷധഗുണം പോവില്ലേ? ഇത് വഴുതനയ്ക്ക് മാത്രമല്ല, നെല്ല് ഉൾപ്പെടെയുള്ള മറ്റെല്ലാ ഭക്ഷ്യ ഉൽപ്പന്നങ്ങൾക്കും ബാധകമാവില്ലേ? ഇതിന്റെ ഭവിഷ്യത്ത് മനസിലാക്കാനും അതിന് പ്രതികരിക്കാനും ഇനിയും വൈകിക്കുന്നത് ആപത്താണ്. ഏതായാലും ആ വിഷയം ഇപ്പോൾ തൽക്കാലത്തേക്കാണെങ്കിലും കേന്ദ്രസർക്കാർതന്നെ നിർത്തിവെച്ചിരിക്കുന്നു എന്ന് വാർത്താമാധ്യമങ്ങളിലൂടെ അറിഞ്ഞപ്പോൾ ഉണ്ടായ സമാധാനത്തിനും സന്തോഷത്തിനും കണക്കില്ല.

ആ വിഷയത്തെക്കുറിച്ച് ആയുർവേദ ദൃഷ്ടിയിലൂടെ ഒന്നുകൂടി വിശദമായി വിശകലനം ചെയ്യാൻ ശ്രമിക്കാം. വഴുതനകൾ ഔഷധങ്ങളിൽ പെട്ടതാണ്. ഭൂമിയിൽ ഉണ്ടാവുന്നത് എല്ലാംതന്നെ ഒരുവിധത്തിലല്ലെങ്കിൽ മറ്റൊരുവിധത്തിൽ ഔഷധങ്ങളാണെന്ന് ശാസ്ത്രം പറയുന്നുണ്ട്. നമ്മുടെ നടപ്പനുസരിച്ചും അത് യഥാർഥമാണ്. എന്നാൽ ഇന്ന് അശുദ്ധസ്വഭാവം, നിർബന്ധപൂർവം അടിച്ചേൽപ്പിച്ച് പഞ്ചഭൂതങ്ങളിൽ ഒന്നുംതന്നെ വിഷസമ്മിശ്രമല്ലാതെ ഉണ്ടാവുമെന്ന് തോന്നുന്നില്ല. അനുഭവത്തിലും അവ പ്രത്യക്ഷംതന്നെയാണ്. ഇന്ന് വാങ്ങുന്ന പല സാധനങ്ങളിലും വിഷാംശം ഉണ്ടെന്ന് മാധ്യമങ്ങളിലൂടെയും മറ്റും നിസ്സംശയം ബോധ്യപ്പെടാനും തുടങ്ങിയിരിക്കുന്നു. പച്ചമുന്തിരി കഴിക്കരുത് എന്ന് ഈയിടെ എന്തിലൊ കണ്ടതായി ഓർക്കുന്നു. അതിൽ വിഷമുണ്ടെന്നാണ് പറഞ്ഞിരിക്കുന്നത്. അങ്ങനെ നോക്കുമ്പോൾ വിഷം തളിച്ച് വളർത്തിയെടുക്കുന്ന ഭക്ഷണോൽപ്പന്നങ്ങളും പോഷിപ്പിക്കാൻവേണ്ടി കൃത്രിമമായി ചില ഹോർമോൺ ഉപയോഗങ്ങളും ഉണ്ടെന്നാണ് മനസിലാക്കാൻ കഴിയുന്നത്. മത്തങ്ങ മുതലായവയിൽ എന്താ കുത്തിവെച്ച് അതിനെ അതിന്റെ വലുപ്പം വർധിപ്പിക്കാൻ മാർഗങ്ങൾ ഉണ്ടത്രെ. അതുപോലെ നേന്ത്രക്കായയ്ക്ക് തുടവും മറ്റും വർധിക്കാൻ യൂറിയപോലെയുള്ള രാസവളങ്ങൾ മാണി(കൊടപ്പൻ)മുറിച്ച് തലപ്പത്തുവെച്ചുകെട്ടുന്ന ഒരു രീതി നടപ്പുണ്ടത്രെ. അങ്ങനെ ചെയ്താൽ കായയ്ക്ക് തുടവും തൂക്കവും കൂടുതൽ ഉണ്ടാവുമത്രെ. അങ്ങനെ ഒരു മേഖലയിലും വ്യത്യാസമില്ലാതെ, വിഷപദാർഥങ്ങളെക്കൊണ്ട് കലുഷിതമായിരിക്കുന്നു പഞ്ചഭൂതങ്ങളെല്ലാം.

പഞ്ചഭൂതങ്ങളിൽ അതായത് കാറ്റിലും വെളിച്ചത്തിലും വെള്ളത്തിലും മണ്ണിലും ആകാശത്തിലും വിഷങ്ങൾ വിക്ഷേപിച്ചു കഴിഞ്ഞാൽ ജീവജാലങ്ങളുടെ നിലനിൽപ്പ് എന്ന വിഷയം അതോടുകൂടി വ്യത്യാസപ്പെടുമെന്നത് തീർച്ചയാണല്ലൊ. പഞ്ചഭൂതങ്ങളാണ് ആവാസ വ്യവസ്ഥയുടെ മൂലഘടകം. അതിന്റെ സന്തുലിതാവസ്ഥയ്ക്കുതന്നെ മാറ്റം വരും. ഇതിനെല്ലാം കാരണം പ്രകൃതിയിൽ, മനുഷ്യൻ അവന്റെ വിശേഷബുദ്ധി ഉപയോഗിച്ച് മിഥ്യാചാരങ്ങളിലൂടെ പ്രവർത്തിക്കുക എന്നതുതന്നെയല്ലേ? ഇപ്പോഴത്തെ ഔഷധങ്ങളും ഏറെക്കുറെ ഇതുപോലെ

ആയിരിക്കുന്നു. ഔഷധങ്ങളുടെ ഉപയോഗത്തിനും ഈ പ്രപഞ്ചോൽപ്പന്നങ്ങളാണ് ഉപയോഗിക്കുന്നത് എന്ന് മറക്കാതിരുന്നാൽ നല്ലതാണ്. ആ വിഷയത്തിലേക്ക് ഇപ്പോൾ കടക്കുന്നില്ല.

നാം തുടങ്ങിവെച്ചത് പ്രകൃതിയോട് അകന്നുപോവുക എന്ന വിഷയത്തോടെയാണ്. പ്രപഞ്ചത്തിലെ എല്ലാ കാര്യങ്ങളിലും പ്രകൃതിയോട് വിട്ടുപോവുന്ന ഈ കാലഘട്ടത്തിൽ പ്രത്യേകിച്ച് ഓരോ ദ്രവ്യങ്ങളിലും പ്രകൃതിക്ക് വിരുദ്ധമായി, ജനിതക വ്യഭിചാരങ്ങൾ നടത്തി ഉൽപ്പാദനവും അതിലൂടെ സമ്പാദ്യവും വർധിപ്പിക്കാൻ നോക്കുക എന്നത് ഒരു ശുഭസൂചകമായി തോന്നുന്നില്ല. കൃത്രിമമായി ഉണ്ടാക്കുന്ന ഉൽപ്പന്നങ്ങൾ ഉപയോഗിക്കുകയോ പ്രചരിപ്പിക്കുകയോ ചെയ്യുന്നത് നിർബന്ധപൂർവം നിരോധിക്കേണ്ടതുതന്നെയാണ് എന്നാണ് എന്റെ വിനീതമായ അഭിപ്രായം. നമ്മുടെ നിയന്ത്രണ പരിധിയിലല്ലാതെതന്നെ അനായാസമായി അനേകം ദുഷ്പ്രവണതകൾ പ്രകൃതിയിലും അതിലെ ജീവൽ സമൂഹത്തിലും ബാധിച്ചുകൊണ്ടിരിക്കുന്നു. മനുഷ്യന് വേണമെങ്കിൽ നിയന്ത്രിക്കാൻ കഴിയുന്ന, അവരിലെ വളരെ ചെറിയ ഒരു വിഭാഗം നടത്തുന്ന കൽപ്പിച്ചുകൂട്ടിയുള്ള ഈ പ്രവണതയ്ക്ക് അനുവാദം കൊടുക്കണോ?

ഇവിടെ മനുഷ്യൻ എന്നതിനെക്കുറിച്ച് അൽപ്പം പറയാതെ നിവൃത്തിയില്ല. പ്രപഞ്ചോൽപ്പത്തിക്കുശേഷം പരിവർത്തന പ്രക്രിയയിലൂടെ രസ, വർണ, ഗന്ധാദികളായ വിഷയങ്ങളും അനന്തരം സസ്യലതാദി സമൂഹങ്ങളും സ്ഥാവരജംഗമവസ്തുക്കളും ഉണ്ടായി. വളരെ വളരെ യുഗങ്ങൾക്കുശേഷം പല മാറ്റങ്ങളിൽനിന്നും ഉരുത്തിരിഞ്ഞ് ജീവികളും പിന്നീട് പല പരിണാമങ്ങളുടെ ഫലമായി വകഭേദങ്ങളോടെ അനേകം കാലങ്ങൾക്കുശേഷം അവസാനമായി ഉത്തമനായ, വിശേഷബുദ്ധിയോടുകൂടിയ മനുഷ്യനും ഉത്ഭവിക്കുകയാണുണ്ടായത്. ആ വിശേഷബുദ്ധി ലഭിച്ച വിശിഷ്ടജീവിയാണ് മാതൃതുല്യമായി കരുതേണ്ട പ്രകൃതിയെയും സഹോദരങ്ങളെപ്പോലെ കരുതേണ്ട മറ്റു ജീവജാലങ്ങളെയും നീചമായി ഇങ്ങനെ വേദനിപ്പിക്കുന്നത് എന്ന് സ്വയം ഒന്ന് മനസിലാക്കിയാൽ നന്നായിരുന്നു.

ഇത്രയും വിവരങ്ങൾ എഴുതിയതിൽനിന്ന് സമൂഹം പ്രകൃതിയിൽനിന്ന് അകന്നു പോവുന്നു എന്നതിന്റെ ഒരു ചെറിയ വിവരം കിട്ടിയിട്ടുണ്ടാവുമെന്ന് കരുതട്ടെ. ഈ വിഷയത്തിന്റെ ഗൗരവം സമൂഹത്തിലെ എല്ലാവരും മനസിലാക്കേണ്ടതും അങ്ങനെയുള്ള വിഷയങ്ങളിൽനിന്ന്, വിശേഷബുദ്ധികിട്ടിയിട്ടുണ്ട് എന്ന് അഭിമാനിക്കുന്ന മനുഷ്യൻ മാറി നിൽക്കേണ്ടതും അതിനു തുനിയുന്നവരെ പ്രതിരോധിക്കേണ്ടതും ആണെന്ന് ഈ അവസരത്തിൽ ഉദ്ബോധിപ്പിക്കുന്നു.

(*മാതൃഭൂമി* ദിനപത്രത്തിലേക്ക് അയച്ചുകൊടുത്ത ലേഖനം)
2010 ഫെബ്രുവരി 18

18

പ്രകൃതിക്കനുസൃതമല്ലാത്ത കാലവൈകൃതം

കാലവൈകൃതം എന്നാൽ ഋതുക്കളുടെ സ്വഭാവമാറ്റം എന്നർഥം. ആ വിഷയമാണല്ലോ നാം ഇപ്പോൾ അനുഭവിക്കുന്ന ഏറ്റവും വലിയ പ്രശ്നങ്ങളിൽ ഒന്ന്. കാലത്തിനനുസൃതമല്ലാത്ത കാലാവസ്ഥാവ്യതിയാനം, അതുകൊണ്ടുണ്ടാവുന്ന തിക്താനുഭവങ്ങൾ ഇതൊക്കെ ഇന്ന് മനുഷ്യനുൾപ്പെടെയുള്ള ജീവജാലങ്ങൾ അനുഭവിച്ചുകൊണ്ടിരിക്കുന്നു.

ഇത്തരത്തിലുള്ള ജനധ്വംസവിഷയങ്ങളെപ്പറ്റി ചിന്തിക്കുമ്പോൾ ഏകദേശം അയ്യായിരം വർഷത്തെ പഴക്കമുണ്ടെന്ന് കരുതുന്ന *ചരകസംഹിത*യിൽ ഈ വിഷയം വളരെ വിശദമായും ഗഹനമായും പറയുന്നുണ്ട്. ആചാര്യൻ അന്ന് മനനപ്രക്രിയയിലൂടെ മനസിലാക്കി ഉപദേശിച്ചുതന്നത് ഇന്ന് എത്ര സാർഥകമായിരിക്കുന്നു എന്ന് പറയാതെ നിവൃത്തിയില്ല.

ആചാര്യൻ അന്തേവാസികളോടുകൂടി വേനലിൽ ഗംഗാതീരത്തിരുന്ന് വനവിഭവ വിചിന്തനത്തിലൂടെ ശിഷ്യഗണത്തെ അഭിമുഖീകരിച്ച് പറയുന്നതരത്തിലാണ് *ചരകസംഹിത*യിൽ വിവരിച്ചിട്ടുള്ളത്. ആചാര്യൻ പറയുകയാണ്, നക്ഷത്രഗ്രഹാദികളും സൂര്യചന്ദ്രന്മാരും വായുവും ദിക്കുകളും പ്രകൃതിക്കനുസൃതമല്ലാത്ത കാലവൈകൃതത്തെ ഉണ്ടാക്കുന്നു. ആ ഭാവവ്യതിയാനത്തിലൂടെ യഥാർഥ പരിണാമം മാറുകയും തന്മൂലം ഔഷധിവർഗത്തിന്റെ രസം, വീര്യം, വിപാകം, പ്രഭാവം എന്നിവയ്ക്ക് വൈപരീത്യമോ മാറ്റമോ സംഭവിക്കുകയും തന്മൂലം ജീവജാലങ്ങളിലെല്ലാംതന്നെ രോഗങ്ങൾ ഉണ്ടാവുകയോ ഏറുകയോ ചെയ്യാനിടവരികയും ചെയ്യുന്നു. അതുകൊണ്ട് ആ വൈകാരിക ദുഷ്പ്രവണത സംഭവിക്കുന്നതിനുമുമ്പുതന്നെ അവ വരാതെ നോക്കേണ്ടത് അത്യാവശ്യമാണ്. കാരണം നാം അവയുടെ ഉപഭോക്താക്കളാണ്. ഉപഭോജ്യങ്ങളുടെ ദൂഷ്യം

ഉപഭോക്താക്കളെയും ബാധിക്കാതെ നിവൃത്തിയില്ല. അങ്ങനെ സംഭവിച്ചാൽ ജനപദങ്ങൾക്കുതന്നെ നാശമായിരിക്കും ഫലം. ഇങ്ങനെയുള്ള ജനപദാശ്രിതനാശങ്ങളെ വിവരിക്കുന്നതുകൊണ്ടാണ് ആ അധ്യായത്തിനദ്ദേഹം ജനപദോദ്ധ്വംസനീയം എന്ന് നാമകരണം ചെയ്തതുതന്നെ.

പതിനഞ്ചുകൊല്ലം മുമ്പുവരെ നമ്മൾ കേൾക്കാത്ത ഒന്നാണ് സൂര്യതാപവിഷയം. ഇന്ന് അത് ദിനംപ്രതി കൂടുതൽ കൂടുതൽ കേട്ടുകൊണ്ടിരിക്കുന്നു. അത്യാപൽക്കരമായ ഒരു ഘട്ടംവരെ അത് എത്തിയിട്ടുമുണ്ട്. ആറേഴുകൊല്ലംമുമ്പ് പാലക്കാട്ട് ഒരാൾക്കോ മറ്റോ സൂര്യാഘാതം പറ്റിയതായി കേട്ടിട്ടുണ്ട്. അതിനുമുമ്പ് ഉത്തരേന്ത്യയിൽ ചില പ്രദേശങ്ങളിലല്ലാതെ സൂര്യതാപവ്യാപത്തിനെക്കുറിച്ച് കേട്ടതായി ഓർക്കുന്നില്ല. ഇപ്പോൾ ദിവസേന ദൃശ്യ-ശ്രവ്യമാധ്യമങ്ങളിലൂടെ കാണുമ്പോൾ ഉണ്ടാകുന്ന ഉൾഭ്രമമാണ് ഇതെഴുതാൻ പ്രേരണയായത്. എന്താണ് അതിന്റെ കാരണമെന്ന് ഗഹനമായി ചിന്തിക്കേണ്ട കാലം വൈകിയിരിക്കുന്നു. കേവലം സൂര്യഗോളത്തിന്റെ ആവരണത്തിന് വന്ന ക്ഷതം മാത്രമാണെന്ന് തോന്നുന്നില്ല.

മനുഷ്യന്റെ അത്യാഗ്രഹങ്ങളിലൂടെ വരുന്ന പരീക്ഷണാദികളും അന്തരീക്ഷത്തിൽ അലിഞ്ഞു ചേരുന്ന രാസപദാർഥങ്ങളും ഒരു പരിധിവരെ ഇതിന് കാരണമായിരിക്കാം എന്ന് തോന്നുന്നു. മാത്രമല്ല, ആ അന്തരീക്ഷത്തിലെ മാലിന്യങ്ങളെ സ്വാംശീകരിക്കാൻ കഴിവുള്ള വൃക്ഷലതാദികളും ജലസ്രോതസ്സുകളും ഇന്ന് നാമാവശേഷമായിരിക്കുന്നു. നമ്മുടെ വനസമ്പത്ത് മുഴുവൻ താൻമേലെ താൻമേലെ എന്ന രൂപത്തിലാണ് ഓരോരുത്തരും മുറിച്ചു തള്ളുന്നത്. അങ്ങനെ മഹാവനങ്ങൾ മുഴുവൻ മൊട്ടപ്പറമ്പുകളാക്കിമാറ്റി അതിൽ കോൺക്രീറ്റ് സൗധങ്ങൾ അംബരചുംബികളാക്കി കെട്ടിപ്പൊക്കുന്നു. ജലാശയങ്ങളെ സംബന്ധിച്ച്, ബാഹ്യജലസ്രോതസ്സുകൾ കുറയുന്നതുതന്നെയാണ് വരളുവാൻ കാരണമാവുന്നത്. അതിനൊരുകാരണം മഹാവനങ്ങളുടെ ഈ നിയന്ത്രണമില്ലാത്ത നശീകരണംതന്നെയാണ് എന്ന് കരുതേണ്ടിവരും. അതോടൊപ്പം ജലക്ഷാമപരിഹാരത്തിനായി പാതാളംവരെ കുഴിച്ചുണ്ടാക്കുന്ന കിണറുകളും സഹായിക്കുന്നുണ്ടെന്ന് പറയാതെ നിവൃത്തിയില്ല. ഇന്ന് ഈ കുഴൽക്കിണറിന്റെ പ്രചാരം ഏറി ഏറി എല്ലാ ദിക്കിലും അത് വ്യാപിച്ചിരിക്കുന്നു. കുഴൽക്കിണറിലൂടെ എടുക്കുന്ന ജലം ബാഹ്യസ്രോതസിലേക്ക് ഒലിച്ചുവരുന്ന വെള്ളമല്ല എങ്കിലും ഭൂഗർഭജലത്തിന്റെ ദാനം (ലെവൽ) ക്രമേണ താഴ്ന്ന് താഴ്ന്ന് പോവുന്നു എന്നാണ് അറിവുള്ളവർ പറയുന്നത്. അതുകൊണ്ട് അത് ബാഹ്യസ്രോതസിനെയും ബാധിക്കാതെ നിവൃത്തിയില്ല. മാത്രമല്ല ജനപദങ്ങളുടെ പുനർനവീകരണത്തിനായി കുളങ്ങളും നീരുറവകളും നികത്തുകയും മഹാമലകളും ചെറിയ കുന്നുകളുമൊക്കെ താഴ്ത്തി നിരപ്പാക്കുന്ന പ്രവണതയും ഇതിന് ഏറെ സഹായിക്കും. പണ്ടൊക്കെ നെൽകൃഷിക്കായി ഉപ

യോഗിക്കുന്ന ഭൂമിയിൽ ആറേഴുമാസത്തോളം നിരന്തരമായി വെള്ളം കെട്ടിനിർത്തുന്ന രീതി അവലംബിച്ചിരുന്നു. ഇങ്ങനെ കെട്ടിതിരിച്ചുനിർത്തുന്ന ജലം ഭൂമിക്കടിയിലേക്ക് ചെല്ലുകയും ഉറവയുടെ രൂപത്തിൽ കുളങ്ങളിലും കിണറുകളിലും ചെന്നെത്തുകയും ജലദൗർലഭ്യം ഒരു പരിധിവരെ അനുഭവപ്പെടാതിരിക്കുകയും ചെയ്തിരുന്നു. എന്നാൽ ഇന്ന്, നെൽകൃഷിക്കായി ഉപയോഗിച്ചിരുന്ന പ്രദേശങ്ങളൊക്കെ തരിശിടുകയോ മറ്റു വിളകൾക്കോ ജനവാസത്തിനോ ഉപയോഗിക്കുന്നു. കിട്ടുന്ന മഴവെള്ളം യാതൊരു തടസ്സവുംകൂടാതെ നദിയിലേക്കും നദിയിൽനിന്ന് സമുദ്രത്തിലേക്കും പതിക്കുന്നു. നമ്മുടെ നാലിലൊന്നുപോലും മഴ ലഭിക്കാത്ത പ്രദേശങ്ങൾ, കിട്ടുന്ന വെള്ളത്തെ ഭംഗിയായി സംരക്ഷിക്കുകയും ഉപയോഗപ്പെടുത്തുകയും ചെയ്യുന്നു. നമ്മൾ ഇതിലൊന്നിലും വലിയ ഗൗരവം പ്രകടിപ്പിക്കാതെ, അതിമോഹികളായി, മറ്റുപല വിഷയത്തിലും തൽപ്പരരായി, അതിനുള്ള പ്രവർത്തനങ്ങളിൽ ഒത്തുചേരുമ്പോൾ ഇതല്ല ഇതിലധികം ആപത്തുകൾ വരാതിരിക്കുന്നതാണ് അത്ഭുതമായി തോന്നുന്നത്.

ചില വ്യക്തികൾക്കോ പ്രകൃതിസ്നേഹികൾക്കോ മാത്രം വിട്ടുകൊടുത്തുകൊണ്ട് കൈകെട്ടിയിരുന്നാൽ പരിഹരിക്കാൻ പറ്റുന്നതല്ല ഇവയൊന്നും. സാമൂഹ്യക്ഷേമങ്ങളുടെ പട്ടികയിൽ ഈ വിഷയംകൂടി ഉൾപ്പെടുത്തിക്കൊണ്ട് ജനങ്ങളുടെ നിലനിൽപ്പിന് അഥവാ ലോകനന്മയ്ക്ക് അനിവാര്യമാകുംവിധം സർക്കാരും ജനങ്ങളും കൂടിച്ചേർന്നുകൊണ്ട് ഒരു മുന്നേറ്റത്തിന് വഴിതെളിഞ്ഞാൽ മാത്രമേ ഇത്തരം സങ്കീർണമായ ജനധ്വംസവിഷയങ്ങൾക്ക് പരിഹാരമാവുകയുള്ളൂ. അതിന് ഒരോരുത്തരും അവനവന് ചെയ്യാൻപറ്റുന്നതരത്തിൽ പരിശ്രമം നടത്താൻ ഇനിയെങ്കിലും ലവലേശം അമാന്തം വരുത്തിക്കൂടാ എന്നാണ് എനിക്ക് തോന്നുന്നത്.

19

കർക്കിടക ഔഷധക്കഞ്ഞി

ഔഷധസേവാ വിഷയത്തിൽ കാലത്തിനുള്ള പ്രാമാണ്യം അഥവാ പ്രാധാന്യം ചെറുതല്ല. കർക്കിടക മാസത്തിൽ ഔഷധക്കഞ്ഞി കഴിക്കുക എന്നാണ് സാധാരണ പറഞ്ഞു വരുന്ന ഭാഷ. ഈ മാസത്തിന്റെ പ്രത്യേ കതകളെക്കുറിച്ച് അൽപ്പമായെങ്കിലും ഒന്നറിയുന്നത് നന്നായിരിക്കും. കള്ളക്കർക്കിടകം എന്നൊരു ഭാഷ അതിന് പറയാറുണ്ടെങ്കിലും വാസ്ത വത്തിൽ പുതുമയുടെ പൂക്കളത്തിലേക്ക് നമ്മ നയിക്കുന്ന ഒരു മാസമാണ് കർക്കിടകം. അതുകൊണ്ടുതന്നെയാണ് ഈ മാസത്തിന് ഇത്രയും പ്രാധാന്യം വന്നത്. ഇത് നമുക്കുമാത്രമല്ല പ്രപഞ്ചസൃഷ്ടികളിൽ എല്ലാ ത്തിനും ബാധകമായിട്ടാണ് അനുഭവപ്പെടുന്നത്. തെങ്ങ്, കവുങ്ങ്, മുതലാ യവയ്ക്ക് പുതുവേരുകൾ പുറപ്പെടുന്നത് ഈ മാസത്തിലാണ്. അതുകൊ ണ്ടാണ് ഈ മാസത്തിൽ അവയുടെ കട മാന്തി പശിമ ഇടുന്നത്. മരങ്ങൾക്കുപോലും ഇത്തരമൊരു അനുകൂലാവസ്ഥ ഉണ്ടാകുമെങ്കിൽ സ്വച്ഛന്ദവൃത്തിയായ മനുഷ്യന് എത്രതന്നെ നേട്ടങ്ങൾ ഉണ്ടായിക്കൂടാ.

ക്ഷീണമുള്ളവർക്കും അത്യധ്വാനം ചെയ്യുന്നവർക്കും രോഗം ഇല്ലാ ത്തവർക്കും സാധാരണയായി കർക്കിടകക്കഞ്ഞി കഴിക്കാം. കഞ്ഞി കഴിച്ച് സുമാർ 3 മണിക്കൂർവരെ ഒന്നും കഴിക്കരുത്. മുളകും പുളിയും മെഴുക്കും ഉള്ള ആഹാരങ്ങൾ പരമാവധി കുറയ്ക്കുക. മത്സ്യ-മാംസ ങ്ങളും വറുത്ത സാധനങ്ങളും കിഴങ്ങുകളും ഒഴിവാക്കിയാൽ നന്ന്. സാധാരണയായി ഏഴ് ദിവസമോ പതിനാല് ദിവസമോ ആണ് കർക്കിട കക്കഞ്ഞി സേവിക്കുക പതിവ്.

ഫ്രിഡ്ജിൽവെച്ച് തണുപ്പിച്ച ആഹാര സാധനങ്ങൾ ഈ സമയത്ത് ഉപയോഗിക്കരുത്. രാവിലെ നേരത്തെയുള്ള ആഹാരം ഇതാക്കുന്നതാണ് ഏറ്റവും നല്ലത്. അതിൽ ചേർക്കേണ്ട ചേരുവകൾ ചുവടെ ചേർക്കാം.

1.	കുറുന്തോട്ടിവേരിന്മേൽ തൊലി	5 ഗ്രാം
2.	ജീരകം	2 1/2 ഗ്രാം
3.	കൊത്തമ്പാല	2 1/2 ഗ്രാം
4.	കുരുമുളക്	2 1/2 ഗ്രാം
5.	വൻതിപ്പലി	2 1/2 ഗ്രാം
6.	പെരുവേരിന്മേൽ തൊലി	2 1/2 ഗ്രാം
7.	ഇടിഞ്ഞിൽ തൊലി	2 1/2 ഗ്രാം
8.	പെരുംജീരകം	2 1/2 ഗ്രാം
9.	മൂവ്വിലപ്പെരു	2 1/2 ഗ്രാം
10.	ഊരകം	2 1/2 ഗ്രാം
11.	കൊടുവേലി	2 1/2 ഗ്രാം
12.	ചുക്ക്	2 1/2 ഗ്രാം
13.	പാർവള്ളിക്കിഴങ്ങ്	2 1/2 ഗ്രാം
14.	ഞാറത്തൊലി	2 1/2 ഗ്രാം
15.	ഉലുവ	2 1/2 ഗ്രാം
16.	വരട്ടുമഞ്ഞൾ	2 1/2 ഗ്രാം
17.	കരിക്കൊടി	2 1/2 ഗ്രാം
18.	അമർച്ചക്കൊടി	2 1/2 ഗ്രാം
19.	പഴുക്കപ്ലാവിലഞെട്ടി	2 1/2 ഗ്രാം

സേവനക്രമം :

40 ഗ്രാം നവര അരി എടുത്ത് കഞ്ഞിവെച്ച് പകുതി വേവായാൽ മേൽപ്പറഞ്ഞ മരുന്നുകൾ എല്ലാം ഉണക്കി പൊടിച്ചതിൽനിന്ന് 7 ഗ്രാം എടുത്ത് അരച്ച് ചേർത്ത് വെന്ത് പാകമായാൽ കാലത്ത് നേരത്തെ സേവിക്കുക. ഉപ്പ് ആവശ്യത്തിന് ഉപയോഗിക്കുക. വെറുംകഞ്ഞി ഇഷ്ടമില്ലാത്തവർക്ക് നവര അരി എടുത്ത് പാൽക്കഞ്ഞി ഉണ്ടാക്കി ആവശ്യത്തിന് പഞ്ചസാര ചേർത്തും സേവിക്കാവുന്നതാണ്. പ്രമേഹരോഗികൾ പഞ്ചസാര ചേർക്കരുത്. ഒരാൾക്ക് ഏഴ് ദിവസം കഴിക്കാനുള്ളത്.

2008 ജൂലായ് 5

20

ആയുർവേദവും ജ്യോതിശാസ്ത്രവും

അമൃതാ ടെലിവിഷൻകാർ പുതുതായി തുടങ്ങാൻ ഭാവിക്കുന്ന പഞ്ചാംഗത്തിലേക്ക് ഒരു ലേഖനം വേണമെന്ന് ആവശ്യപ്പെട്ടതനുസരിച്ചാണ് ഇതെഴുതുന്നത്. അവർ ആവശ്യപ്പെട്ടത്, ആയുർവേദമെന്ന ആരോഗ്യശാസ്ത്രവും ജ്യോതിശാസ്ത്രവും തമ്മിൽ ബന്ധിച്ചുകൊണ്ടുവേണം എന്നായിരുന്നു. എന്നാൽ ആയുർവേദത്തെക്കുറിച്ച് അൽപ്പം അറിയാമെന്നല്ലാതെ ജ്യോതിശാസ്ത്രത്തെക്കുറിച്ച് വേണ്ടത്ര വിവരം ഉണ്ടെന്ന് തോന്നുന്നില്ല. എങ്കിലും പറ്റാവുന്നതരത്തിൽ ചെയ്യാൻ ശ്രമിക്കുകയാണ്.

പ്രപഞ്ചം പഞ്ചഭൂതസമവായമാണ്. അതുകൊണ്ടുതന്നെയാണ് ഈ ലോകത്തിന് ആ ശബ്ദം വന്നതും. പഞ്ചഭൂതം എന്ന് പറയുന്നത് ഭൂമി, വെള്ളം, തേജസ്സ്(അഗ്നി), വായു, ആകാശം ഇവയാണ്. സകല ചരാചരങ്ങൾക്കും മൂലകാരണമായിരിക്കുന്ന അഞ്ച് പ്രധാന ഘടകങ്ങളാണിവ. അതിൽനിന്നുതന്നെ പലവിധത്തിലുള്ള അവാന്തര വിഭാഗങ്ങൾ ഉണ്ടായിവന്നിട്ടുണ്ട്. അതിൽ ഒന്നാണല്ലോ സൃഷ്ടി. സൃഷ്ടി എന്നതും പലവിധത്തിലുണ്ട്. ചരിക്കുന്നവയും ചരിക്കാത്തവയുമെന്നിങ്ങനെ. ചരങ്ങളിൽ ഉത്തമസൃഷ്ടി മനുഷ്യനാണ്. ആ മനുഷ്യനെ സംബന്ധിച്ച വിവരണമാണ് ഉദ്ദേശിക്കുന്നത്.

പഞ്ചഭൂതാത്മകമായ പ്രപഞ്ചത്തിലെ ഉത്തമ സൃഷ്ടിയായ മനുഷ്യൻ ജീവിക്കുമ്പോൾ ഉണ്ടാകുന്ന വ്യാധികളുടെ വിഷയമാണ് ആയുർവേദത്തിലൂടെ പ്രതിപാദിക്കുന്നത്. അത് ഭൗതികമാണ്. അതിനെ ആധ്യാത്മികമായി വേർതിരിക്കുമ്പോൾ അവിടെ പുണ്യ-പാപങ്ങളും നന്മ-തിന്മകളും പൂർവജന്മങ്ങളും മറ്റും വന്നുചേരുന്നുണ്ട്. പൂർവജന്മവിചാരം ഭാരതീയ സംസ്കാരത്തിലൊഴികെ മറ്റെവിടെയും ഉണ്ടെന്നു തോന്നുന്നില്ല. പൂർവീകന്മാർ കഴിഞ്ഞ ജന്മങ്ങളെക്കുറിച്ചും വരുന്ന ജന്മങ്ങളെ

ക്കുറിച്ചും മറ്റും പുരാണാദികളിൽ പല ഭാഗത്തായി വ്യക്തമായി പറഞ്ഞുകാണുന്നുണ്ട്. ആ ഒരു കാരണംകൊണ്ടുമാത്രമായിരിക്കണം മനുഷ്യനെ മരണാനന്തരം അഗ്നിക്ക് സമർപ്പിച്ച് പിതൃക്രിയകൾ നടത്തുന്നത് എന്ന് കരുതേണ്ടിവരും. പൂർവ ജന്മങ്ങൾ ഉണ്ടെങ്കിൽ അതിലും പുണ്യ-പാപങ്ങൾ വരാതിരിക്കാൻ നിവൃത്തിയില്ല. ആ പുണ്യ-പാപങ്ങളെക്കുറിച്ച് ചിന്തിക്കുമ്പോഴാണ് ജ്യോതിശ്ശാസ്ത്രത്തെ ബന്ധിപ്പിക്കേണ്ടിവരിക.

ഭൗതികംതന്നെ ഒന്ന് വിശകലനം ചെയ്യാൻ ശ്രമിക്കാം. വാത-പിത്ത-കഫങ്ങളാകുന്ന ത്രിദോഷങ്ങളും രസ-രക്ത-മാംസാദികളാകുന്ന സപ്തധാതുക്കളുംകൂടി ഉണ്ടാകുന്ന ശരീരത്തിൽ ആഹാരാദികളിലൂടെ, അതിലെ ഷഡ്രസാദികളിലൂടെ, പ്രായത്തിലൂടെ, കാലത്തിലൂടെ, വരുന്ന പ്രതികൂലസ്വഭാവങ്ങളിൽനിന്ന് ഉണ്ടാകുന്ന ഒന്നാണ് വ്യാധി. ആ വ്യാധിയ്ക്ക് തക്കതായ ഔഷധങ്ങൾ മിക്കവാറും നിഷ്കർഷയായി പറയുന്നുണ്ട്. ദോഷങ്ങളുടെയും ധാതുക്കളുടെയും സ്വഭാവവും വിവരിക്കുന്നുണ്ട്. ഷഡ്രസങ്ങളുടെയും നാം കഴിച്ച് പിന്നീടുണ്ടാകുന്ന രസത്തിന്റെയും (അതിന് വിപാകരസം എന്ന് പറയും)മറ്റും വിവരങ്ങൾ വിശദമായി ആചാര്യൻ അവതരിപ്പിക്കുന്നുണ്ട്. അവയിലൂടെയാണ് ഇന്ന് നമുക്ക് എന്തെങ്കിലും ചെയ്യാൻ സാധിക്കുന്നത്. ആ പ്രവൃത്തിയെയാണ് ചികിത്സ എന്ന ഭാഷയിലൂടെ നാം വ്യവഹരിച്ചുപോരുന്നത്. അങ്ങനെ പ്രത്യക്ഷമായി കാണുന്ന അറിവിലൂടെ കൊടുത്ത ഔഷധങ്ങൾ വേണ്ടത്ര ഫലിക്കാതെ വരുമ്പോഴാണ് ആധ്യാത്മിക വിഷയത്തിലേക്ക് ചിന്തിക്കേണ്ടിവരിക. ആധ്യാത്മികത്തിലേക്ക് കടക്കുമ്പോൾ പുണ്യ-പാപാദികളാണ് പ്രധാനികൾ. അവയുടെ സ്വഭാവവും പരിണാമവും അനുഭവവും നോക്കി മനസിലാക്കണമെങ്കിൽ പലപ്പോഴും ജ്യോതിശ്ശാസ്ത്രത്തെ ആശ്രയിക്കേണ്ടിവരും. പൂർവീകന്മാർതന്നെ “ജന്മാന്തരകൃതം പാപം വ്യാധിരൂപേണ ജായതേ” എന്നാണ് നമ്മളോട് പറഞ്ഞിട്ടുള്ളത്. ആ പുണ്യപാപങ്ങളുടെ വകതിരിവ് വിചിന്തനത്തിലൂടെ കിട്ടുകയില്ല. അവ നവഗ്രഹങ്ങളെ ആശ്രയിച്ച് ഉണ്ടായ ജ്യോതിശ്ശാസ്ത്രത്തിലുടെ മാത്രമെ മനസിലാക്കാൻ കഴിയുകയുള്ളൂ. അതിന്റെ ഘടകങ്ങൾ ത്രിഗുണങ്ങളാണ്. സത്വ-രജ-തമോഗുണങ്ങളാണ്. അതിലെ സത്വഗുണം നല്ല സ്വഭാവത്തിലും രജോഗുണം കർമപ്രധാനമായും തമോഗുണം അന്ധമായുമാണ് നമ്മെ പരിചയപ്പെടുത്തിയിട്ടുള്ളത്. അവയെ ആരോഗ്യശാസ്ത്രത്തിലും ഉൾക്കൊള്ളിച്ചിട്ടുണ്ട്. രോഗങ്ങൾ ശാരീരികമായും മാനസികമായും രണ്ടുവിധത്തിലുണ്ടെന്നാണ് ആയുർവേദം അനുശാസിക്കുന്നത്. അതിൽ മാനസികത്തിൽ, മനസിന്റെ ദോഷത്തെ വർധിപ്പിക്കുന്ന രണ്ടുഗുണങ്ങളാണ് രജസും തമസും. സത്വഗുണം മനസിൽ ദോഷത്തെ ഉണ്ടാക്കുകയില്ല. അതുപോലെതന്നെ അവയെ ത്രിദോഷങ്ങളായി ബന്ധിപ്പിക്കുമ്പോൾ സത്വഗുണം കഫപ്രധാനവും രജോഗുണം പിത്തപ്രധാനവും തമോഗുണം വാതപ്രധാനവുമാണ്. അപ്പോഴാണ് ജ്യോതിശ്ശാസ്ത്രത്തിന്റെ പ്രസക്തി കൂടുതലായും ബന്ധപ്പെടുന്നത്. മാത്രമല്ല, നവഗ്രഹങ്ങളിൽ ഓരോഗ്രഹങ്ങൾ

ക്കും പ്രത്യേകതകളുണ്ട്. സൂര്യപുത്രനായ ശനി വാതത്തെ ഉണ്ടാക്കുന്നവനാണ്. വ്യാഴമാണെങ്കിൽ കഫത്തെ വർധിപ്പിക്കുന്നതാണ്. സൂര്യൻ പിത്തത്തെയും വർധിപ്പിക്കുന്നതാകുന്നു. മറ്റെല്ലാഗ്രഹങ്ങൾക്കും ഇതുപോലെ വ്യത്യാസങ്ങളുണ്ട്. അവ കലർന്ന് ഓരോന്നിനെയും ക്ഷയിപ്പിക്കുകയും വർധിപ്പിക്കുകയും ചെയ്യുന്നു. ഇതറിയണമെങ്കിൽ ജ്യോതിശ്ശാസ്ത്രത്തെ ആശ്രയിക്കുകയല്ലാതെ വേറെ മാർഗങ്ങളൊന്നുമില്ല.

ഔഷധസസ്യവിജ്ഞാനവും ജ്യോതിശ്ശാസ്ത്രവും തമ്മിൽ ഒരു പാരസ്പര്യം കണ്ടെത്താൻ പ്രാചീന ഭാരതീയർക്ക് കഴിഞ്ഞിരുന്നു. സസ്യപഠനം പ്രധാനമായും മൂന്നു തരത്തിലുണ്ട്. ഒന്ന് ദ്രവ്യഗുണവിജ്ഞാനം (Pharmacology), രണ്ട് ദ്രവ്യപരിചയവിജ്ഞാനം (Pharmacognozy), മൂന്ന് ദ്രവ്യകൽപ്പവിജ്ഞാനം (Pharmacy) ഇങ്ങനെ മൂന്നായി തരംതിരിച്ചായിരുന്നു പ്രാചീനകാലത്ത് സസ്യങ്ങളെക്കുറിച്ച് പഠിച്ചിരുന്നത്. അതുപോലെ ദ്രവ്യത്തിന്റെ ഗുണം, രസം, വീര്യം, വിപാകം, പ്രഭാവം എന്നിവയെ അറിഞ്ഞുകൊണ്ട് സസ്യങ്ങളെ വർഗീകരിക്കാറുണ്ട്. ലോകത്തിൽ ഇങ്ങനെ തിരിച്ചറിഞ്ഞ സസ്യങ്ങൾ ഏകദേശം അറുപതിനായിരത്തോളം വരും. ഇതിൽ നാൽപ്പത്തയ്യായിരം ഇന്ത്യയിലാണ്. ലോകത്തിലെ പന്ത്രണ്ട് മഹാജൈവ വൈവിധ്യങ്ങളിൽ ഒന്ന് ഇന്ത്യയാണ്. ഇതിന് കാരണം, ലോകത്തിന്റെ ചെറിയ ഒരു പരിച്ഛേദമാണ് ഭാരതം എന്നതാണ്. അതായത് അന്റാർട്ടിക്കയ്ക്ക് സമാനമായ തണുപ്പോടുകൂടിയ ഹിമവൽശൃംഗങ്ങളും മരുഭൂമിയായ രാജസ്ഥാനും ചതുപ്പുനിറഞ്ഞ തെക്കേ ഇന്ത്യയും ജൈവ വൈവിധ്യങ്ങളുടെ അസാധാരണ ശൃംഖലകളെ സൃഷ്ടിക്കുന്നു. പഠിപ്പില്ലാത്ത, ആധുനിക ആയുർവേദ അംഗീകാരമില്ലാത്ത ആദിവാസികളും നാട്ടുവൈദ്യന്മാരും ആറായിരത്തോളം ചെടികൾ സുവ്യക്തമായി തിരിച്ചറിഞ്ഞ് അവയുടെ ഓരോ ഗുണങ്ങളും വേർതിരിച്ച് മനസിലാക്കിയിട്ടുണ്ട്. സസ്യങ്ങളെക്കുറിച്ചുള്ള പഠനം നഷ്ടപ്പെട്ടുപോകാതിരിക്കാനായിരിക്കണം ഓരോ നക്ഷത്രത്തിനും പ്രത്യേകം സസ്യങ്ങളെക്കുറിച്ച് പറഞ്ഞിട്ടുണ്ട്. ഓരോ വ്യക്തിയും പ്രാചീനകാലത്ത് തന്റെ പിറന്നാൾ ആഘോഷിച്ചിരുന്നത് താൻ ജനിച്ച നക്ഷത്രവുമായി ബന്ധപ്പെടുത്തിയാണ്. ഓരോ നക്ഷത്രത്തിനും പ്രത്യേകം പ്രത്യേകം സസ്യങ്ങൾ നിഷ്കർഷിക്കുന്നതുവഴി ഒരു ഔഷധ ലോകത്തെ ഓരോ വ്യക്തിയും ഓരോ കുടുംബവും പരിചയപ്പെട്ടു വന്നിരുന്നു. ഉദാ: അശ്വതി നക്ഷത്രത്തിന്റെ വൃക്ഷം കാഞ്ഞിരമാണ്. ആയുർവേദത്തിൽ കഫരോഗങ്ങളെയും വാതജന്യരോഗങ്ങളെയും നശിപ്പിക്കാൻ ഈ ഔഷധസസ്യത്തിന് കഴിവുണ്ട്. ഈ സസ്യം രക്തത്തിലെ ന്യൂനമർദത്തിനും ഉത്തമമാണ്. അങ്ങനെ ഓരോ നക്ഷത്രക്കാരും തങ്ങളുടെ നക്ഷത്ര വൃക്ഷങ്ങളെ നട്ടുപിടിപ്പിക്കുകയും അവയെ നശിപ്പിക്കാതിരിക്കുകയും ചെയ്യേണ്ടതുണ്ട്. കൂടാതെ പതിവായി ആ സസ്യങ്ങളെ പരിചരിക്കുകയും വെള്ളമൊഴിക്കുകയും ചെയ്താൽ ആയുസ്സും ആരോഗ്യവും ഉണ്ടാകുമെന്നാണ് പ്രാചീന ഭാരതീയ ജ്യോതിശ്ശാസ്ത്രം പറയുന്നത്. ഇതിലൂടെ ഔഷധം, പരിസ്ഥിതി,

ജ്യോതിശ്ശാസ്ത്രം എന്നിവ ഏതൊരു വ്യക്തിക്കും സ്വന്തം ജീവിതത്തിൽ നിലനിർത്താനും അവയുടെ പാരസ്പര്യം തിരിച്ചറിയാനും സാധിക്കും. ആകാശത്തെ ഏതോ കോണിൽ കിടക്കുന്ന നക്ഷത്രം തന്റെ ജന്മനാളായി മാറുകയും അതിന്റെ തിരിച്ചറിവിൽ ഒരു ഔഷധ വിജ്ഞാനത്തെ മനസിലാക്കുകയും അതിലൂടെ വിഭിന്നങ്ങളായ ജൈവപരിസ്ഥിതിയെ നിലനിർത്താനും കഴിയുക എന്ന ഒരു അസാധാരണ ഉൾക്കാഴ്ച പ്രാചീന ഭാരതത്തിൽ ഉണ്ടായിരുന്നു.

ജ്യോതിശ്ശാസ്ത്രപ്രകാരം കണ്ടെത്തിയ ദോഷഫലങ്ങൾക്ക് അഥവാ പാപത്തിന് കർമവിപാകം മുതലായ പ്രായശ്ചിത്തങ്ങൾ ചെയ്താൽ തക്കതായ ഫലം അനുഭവത്തിലൂടെ ധാരാളമായി കണ്ടിട്ടുണ്ട്. എന്റെ ഗുരുനാഥനായ പിതാമഹനും പിതാവും കർമവിപാകപ്രായശ്ചിത്തം പല ഘട്ടങ്ങളിലും ചെയ്യിപ്പിക്കുന്നതായി കണ്ടിട്ടുണ്ട്. കർമവിപാകം എന്ന വാക്കിന്റെ അർഥം തന്നെ ചിന്തിച്ചാൽ ഏറെക്കുറെ മനസിലാകും. കർമം എന്നത് മനുഷ്യന്റെ ധർമമാണ്. അത് നല്ലതും ചീത്തയുമാകാം. നല്ലതാണെങ്കിൽ പുണ്യവും ചീത്തയാണെങ്കിൽ പാപവും നേടാം. അവയെ പാകപ്പെടുത്തുകയാണ് ഈ പ്രായശ്ചിത്തംകൊണ്ട് ഉദ്ദേശിക്കുന്നത്. അനുഭവങ്ങൾ വേറിട്ട് വിവരിക്കാൻ ഉദ്ദേശിക്കുന്നില്ല. ആരോഗ്യശാസ്ത്രവും ജ്യോതിശ്ശാസ്ത്രവും തമ്മിലുള്ള ബന്ധത്തെ ചെറുതായി ഒരു വിവരണത്തിലൂടെ അവതരിപ്പിക്കുകയാണ് ഇവിടെ ചെയ്തിട്ടുള്ളത്. അവ രണ്ടും തമ്മിൽ കലർന്നുകൊണ്ടിരിക്കുന്ന ശാസ്ത്രശാഖകളാണ്.

(അമൃതാ ടി വി പഞ്ചാംഗത്തിൽ പ്രസിദ്ധീകരിക്കാൻ
വേണ്ടി അയച്ചുകൊടുത്തത്) 2011 ജൂലായ് 15

21

ആയുർവേദ ശാസ്ത്രത്തിനെക്കുറിച്ച് ചില വേവലാതികൾ

ശ്രീ ദക്ഷിണാമൂർത്തിയെയും പിതൃപിതാമഹന്മാരെയും ഗുരുഭൂതന്മാരേയും വേദിയിലിരിക്കുന്ന അഭിവന്ദ്യരെയും സദസിലിരിക്കുന്ന സഹൃദയരെയും വിനയപൂർവം നമസ്കരിക്കുന്നു.

അഷ്ടവൈദ്യൻ ബ്രഹ്മശ്രീ ഇ ടി ദിവാകരൻ മൂസ്സ് അവർകളുടെ ഷഷ്ട്യബ്ദപൂർത്തിയോടനുബന്ധിച്ച് സംഘടിപ്പിച്ച ഈ അനുമോദന ച്ചടങ്ങിൽ സംബന്ധിക്കാൻ സാധിച്ചതിൽ അതീവ സന്തോഷമുണ്ട്. അദ്ദേഹത്തിന് ഹൃദയംഗ്യമായ മംഗളം നേരുന്നു.

ഈ ചടങ്ങിൽ അധ്യക്ഷപദവിയാണ് എനിക്കനുവദിച്ചു തന്നിരിക്കുന്നത് എന്നതിൽ ഞാൻ അത്ഭുതപ്പെടുന്നു. ഇങ്ങനെയൊരു വലിയ സദസിന്റെ അധ്യക്ഷനാവാൻ എന്താണർഹത എന്നുപോലും സംശയിക്കുന്നു. ഇങ്ങനെയുള്ള സദസിൽ പ്രസംഗിച്ച ശീലം വളരെ കുറവാണ്. ഞാൻ ചെയ്തുകൊണ്ടിരിക്കുന്നത് ചികിത്സയാണ്. അതാരംഭിച്ചിട്ടിപ്പോൾ 53 കൊല്ലമായി. ഇത്രയുംകാലം ഇടതടവില്ലാതെ പ്രവർത്തിക്കുകയാൽ ലഭിച്ച പരിചയ സമ്പത്തുമാത്രമാണ് കൈമുതൽ.

ഇവിടെ ഈ സന്ദർഭത്തിൽ എന്തൊരു വിഷയത്തെക്കുറിച്ചാണ് ഞാൻ പറയേണ്ടതെന്ന് ആലോചിച്ചുനോക്കിയപ്പോൾ രണ്ടുമൂന്നു വിഷയങ്ങളെ സംബന്ധിച്ച് സ്വാഭിപ്രായം പ്രകടിപ്പിക്കണമെന്ന് തോന്നി. അതിലാദ്യത്തേത് ആയുർവേദ ശാസ്ത്രത്തിന്റെ അഭ്യുന്നതിക്കുവേണ്ടി സർക്കാർ തലത്തിൽ ചെയ്യുന്ന പ്രവർത്തനത്തെക്കുറിച്ചാണ്. ആയുർവേദത്തെ പോഷിപ്പിക്കാനാണോ ശോഷിപ്പിക്കാനാണോ സർക്കാർ ഇപ്പോൾ ചെയ്യുന്ന നടപടികൾ എന്ന് വാസ്തവത്തിൽ മനസിലാകുന്നില്ല. ഇപ്പോൾ ജി എം പി മുതലായ പുതിയ പുതിയ നിയമങ്ങൾ, ശാസ്ത്രത്തെക്കുറിച്ച് അറിവില്ലാത്ത വ്യക്തികളുടെ ഭൂരിപക്ഷാഭിപ്രായപ്രകാരം നടപ്പാ

ക്കിക്കൊണ്ടിരിക്കുകയാണ്. അതിൽ ഔഷധങ്ങളുടെ നികുതിയും പെടുന്നുണ്ട്. ആദ്യം പറഞ്ഞ ജി എം പി എന്നതിന്റെ വിശദീകരണത്തിലേക്ക് കടക്കാൻ എനിക്കറിയില്ല. എങ്കിലും ഔഷധ നിർമാണ പദ്ധതിയിൽ വരുത്തുന്ന വ്യതിയാനങ്ങൾ ആശാസ്യമല്ല. ഉദാഹരണത്തിന് അഗ്നിപാകം കൊണ്ട് സംസ്കരിച്ച ഔഷധങ്ങളും ആദിത്യപാകങ്ങളായ ഔഷധങ്ങളും കാലപാകമായ ഔഷധങ്ങളും വേർതിരിച്ച് ശാസ്ത്രം വിധിക്കുന്നുണ്ട്. ഇതിൽ അഗ്നിപാകം തന്നെ പല വിധത്തിലുണ്ട്. ചില ഔഷധങ്ങൾ ഭൂസ്ഫുടം ചെയ്യുമ്പോൾ 30 ചാണക വരടികൊണ്ട് കത്തിച്ച് എന്ന് വിധി കാണുന്നുണ്ട്. പുതിയ സംവിധാനത്തിൽ എങ്ങനെയാണ് ഈ പ്രവൃത്തി നടത്തുക എന്നറിയുന്നില്ല. വെയിലത്തു വെച്ച് പാകപ്പെടുത്തുന്നവയാണ് ഗുൽഗുലുമരീചാദി കുഴമ്പ് മുതലായവ. നാരസിംഹഘൃതം മുതലായവ ആദിത്യപാകവും അഗ്നിപാകവും രണ്ടും വേണ്ടതാണ്. ഗുൽമരിചാദിയും സ്വയമഗ്നിസിന്ദൂരവും ആദിത്യപാകം മാത്രം വേണ്ടവയാണ്. ആസവങ്ങൾ സാമാന്യേന എല്ലാംതന്നെ ആദിത്യപാകമോ അഗ്നിപാകമോ വേണ്ടാത്തവയാണ്. അവ മരുന്നുകൾ ചേർത്ത് മണ്ണിലോ നെല്ലിലോ കുഴിച്ചിട്ട് ഒരു മാസം കഴിഞ്ഞ് എടുക്കുക എന്ന കാല പാകത്തിലൂടെ ഉണ്ടാക്കുന്നവയാണ്. പുതിയ നിയമങ്ങൾ ഔഷധ നിർമാതാക്കളെയോ അതുപയോഗിക്കുന്ന വൈദ്യന്മാരെയോ അതനുഭവിക്കുന്ന രോഗികളെയോ അടിച്ചേൽപ്പിക്കുക എന്നത് അത്യന്തം ഖേദകരമായ വിഷയമാണ്. പ്രത്യേകിച്ചും ഞങ്ങളെപ്പോലെ പരമ്പരാഗതമായി പരിശീലിച്ചുവന്നിട്ടുള്ള ഔഷധനിർമാണ പദ്ധതിയിൽ എന്ന് പറയേണ്ടിവരും.

ശ്രീമാൻ ദിവാകരൻ മൂസ്സ് അദ്ദേഹത്തിന്റെ മറുപടി പ്രസംഗത്തിൽ ആടലോടത്തെക്കുറിച്ച് അത്ഭുതം പ്രകടിപ്പിച്ചതായി കേട്ടു. അത്രയ്ക്കത്ഭുതപ്പെടേണ്ടതൊന്നും അതിലുള്ളതായി തോന്നിയില്ല. രക്തപിത്തത്തിൽ അഗ്ര്യൗഷധമായി പറയുന്നത് ആടലോടകമാണ്. 'വൃഷ്യോ/സ്രപിത്തേ' എന്ന് ആചാര്യൻ നിസ്സന്ദേഹമായി പറഞ്ഞിട്ടുണ്ട്. അതിൽ നിന്ന് അധോഗരക്തപിത്തത്തിനും ഊർധ്വഗരക്തപിത്തത്തിനും ഒരുപോലെ ഫലപ്രദമാണ് എന്നർഥംവരുന്നുണ്ട്.

അതുപറഞ്ഞപ്പോൾ ചില കാര്യങ്ങൾകൂടി തോന്നുകയാണ്. ഞങ്ങളുടെ അർബുദ ഗവേഷണ ചികിത്സാ ക്യാമ്പിൽ കോഴിക്കോട് രാമനാട്ടുകര പ്രദേശത്തുനിന്ന് ആറോ ഏഴോ കൊല്ലമായി വരുന്ന ഒരു രോഗിയുണ്ട്. ശരീരത്തിൽ രക്തം ക്രമേണ ചുരുങ്ങി പുറമേനിന്ന് രക്തം കൊടുക്കേണ്ടിവരിക എന്നതാണ് അയാളുടെ ദീനസ്വഭാവം. മിക്കവാറും മാസത്തിൽ ഒരു കുപ്പി രക്തമെങ്കിലും കൊടുക്കേണ്ടിവന്നിരുന്നു. ഞങ്ങളുടെ പരിശോധനക്കു ശേഷം രക്തം ഉണ്ടാവാനും ഉള്ളത് നിലനിൽക്കാനുമായി ദ്രാക്ഷാദി കഷായം, ഗുളൂച്യാദി കഷായം മുതലായവ കൊടുത്തു തുടങ്ങി. വേറെയും പല മരുന്നുകളും കൊടുത്തിട്ടുണ്ട്. കൂട്ടത്തിൽ ഒരു പച്ചിലയും കൊടുക്കുകയുണ്ടായി. ആ ചെടിയെപ്പറ്റി നാലുവാക്ക് പറയാതിരിക്കാൻ നിവൃത്തിയില്ല. അതിന്റെ പേരെനിക്കറിയില്ല. ചെടി എന്റെ

കൈവശമുണ്ട്. മേൽപ്പറഞ്ഞ രോഗി ഇപ്പോഴും ആ ചെടിയുടെ ഇല കഴിക്കുന്നുണ്ട്.

ഞാൻ എല്ലാക്കൊല്ലവും മൂകാംബികാ ക്ഷേത്രത്തിൽ പോകാറുണ്ട്. ചിലപ്പോൾ കുടശാദ്രിയിലും പോകാറുണ്ട്. ഒരു തവണ ഞാൻ കൊല്ലൂരിൽ ചെന്നപ്പോൾ സ്ഥിരമായി കുടശാദ്രിയിൽ പോകുന്ന ഒരു സന്യാസിയുണ്ട്. അദ്ദേഹം കുടശാദ്രിയ്ക്ക് പോകുന്നുണ്ടെന്ന് പറഞ്ഞപ്പോൾ അവിടത്തെ പൂജാരി ഭട്ടിന്റെ സ്ഥലത്തിന് മുമ്പിലുള്ള തീർഥത്തിന്റെ വക്കത്ത് ഒരൗഷധം നിൽക്കുന്നുണ്ട്. അതിന്റെ മുരട് കൊണ്ടുവന്ന് തന്നാൽ തരക്കേടില്ലെന്ന് ആവശ്യപ്പെട്ടു. അപ്പോൾ അദ്ദേഹം അത് നാട്ടിൻ പ്രദേശത്ത് ഉണ്ടാകാൻ വിഷമമാണെന്നും തണുപ്പു പ്രദേശത്തെ ഉണ്ടാകുകയുള്ളൂ എന്നും പറഞ്ഞു. എന്നാലും കൊണ്ടുവരാമെന്നേറ്റു. രണ്ടോ മൂന്നോ ദിവസം കഴിഞ്ഞ് അദ്ദേഹം തിരിച്ചു വന്നപ്പോൾ ഞാൻ പറഞ്ഞ ഔഷധം കൊണ്ടുവന്നു തന്നു. ആ സമയത്ത് അദ്ദേഹത്തിന്റെ മറ്റേ കയ്യിൽ വേറൊരു ചെടിയുടെ ഒരു പിടി കണ്ടു. അതെന്താണെന്നാരാഞ്ഞു. അതത്ര സാരമുള്ളതൊന്നുമല്ല. ഇടയ്ക്ക് കുറേശെ കഴിച്ചാൽ രക്തമുണ്ടാവാൻ നന്ന് അത്രയേയുള്ളൂ എന്നദ്ദേഹം പറഞ്ഞപ്പോൾ എന്നാൽ അതിന്റെയും രണ്ടു തല എനിക്കുവേണമെന്ന് ഞാൻ ആവശ്യപ്പെട്ടു. ഇത് കുഴിച്ചിട്ടാൽ ഉണ്ടാവില്ല, അതിനുവേണ്ടി കൊണ്ടുവന്നതല്ല എന്നെല്ലാം അദ്ദേഹം പറഞ്ഞുവെങ്കിലും രണ്ടുമൂന്നു തല എനിക്ക് തന്നു. അത് ഞാൻ ഭദ്രമായി കൊണ്ടുവന്ന് നട്ടു. പ്രത്യേകിച്ച് ഒരു ശുശ്രൂഷയും കൂടാതെതന്നെ അത് വളരുകയും ചെയ്തു. രക്തമുണ്ടാവാൻ നല്ലതാണ് എന്ന അദ്ദേഹത്തിന്റെ വാക്കിനെ കണക്കിലെടുത്ത് ആ ചെടിയുടെ അഞ്ചോ ആറോ ഇല രണ്ടുനേരവും ചവച്ചരച്ച് കഴിക്കാൻ മുൻ പറഞ്ഞ രോഗിയോട് പറഞ്ഞു. അങ്ങനെ രണ്ടോ മൂന്നോ മാസം കഴിഞ്ഞപ്പോഴേക്കും രക്തം കൊടുക്കേണ്ട ആവശ്യം ക്രമേണ കുറയാൻ തുടങ്ങി. സുമാർ ആറു മാസത്തിനുമുമ്പായി രക്തംകൊടുക്കേണ്ട അവസ്ഥ പൂർണമായും നിർത്താൻ സാധിച്ചു എന്ന് കണ്ടപ്പോൾ അത്ഭുതം തോന്നി. അതിനുശേഷം ആ രൂപത്തിലുള്ള ഏതുരോഗികളായാലും ഈ ചെടിയുടെ ഇല കൊടുക്കുക എന്നത് എന്റെ പതിവായി. ഇപ്പോഴും പല രോഗികളും ഈ ഇല കഴിച്ചുകൊണ്ടിരിക്കുന്നുണ്ട്. പക്ഷേ അതിനൊരു പേരുമാത്രം കണ്ടെത്താൻ സാധിച്ചില്ല. അതുകാരണം ഞാൻ സ്വന്തമായി കുടജാദ്രിയില എന്ന പേരു കൊടുത്തു.

ഇനി ഒരു വിഷയം പറയാനുള്ളത്, ആയുർവേദ ചികിത്സാ സമ്പ്രദായവും ആധുനിക ചികിത്സാ സമ്പ്രദായവും കൂട്ടിയിണക്കി പ്രവർത്തിച്ചാൽ തരക്കേടില്ലെന്ന് ആരോ ഇവിടെ അഭിപ്രായപ്പെട്ടതായി കേട്ടു. അത് വളരെ വിഷമം പിടിച്ച കാര്യമാണ്. കാരണം ആധുനിക ശാസ്ത്രത്തിന്റെ പരീക്ഷണ നിരീക്ഷണങ്ങൾ ആയുർവേദത്തിന്റെ പരീക്ഷണനിരീക്ഷണങ്ങൾ പോലെയല്ല. അവർ ഓരോദ്രവ്യത്തിലും അടങ്ങുന്ന ഘടകങ്ങളെ വേർതിരിച്ച് പറയുമ്പോൾ ആയുർവേദശാസ്ത്രം പാഞ്ചഭൗതികഘടന

യനുസരിച്ച് ഓരോ ഔഷധങ്ങളുടെയും രസവീര്യവിപാകപ്രഭാവങ്ങൾ മനസിലാക്കുകയാണ് ചെയ്യുന്നത്. ഇതുരണ്ടുംകൂടി യോജിപ്പിച്ച് കൊണ്ടു പോകാൻ വളരെ വിഷമമായിട്ടാണ് എനിക്കുതോന്നിയത്. ആധുനിക ശാസ്ത്രത്തിലെ പരിശോധനാ വിഭാഗത്തിൽ അത്ഭുതാവഹമായ വളർച്ച ഉണ്ടായിട്ടുണ്ട്. അവയിൽ നമുക്ക് ഉപകാരപ്രദമായവ സ്വീകരിക്കുന്നത് ഉചിതമായിരിക്കും. ആയുർവേദം രോഗിയെയും രോഗത്തെയും വേർതി രിച്ച് കാണുമ്പോൾ ആധുനിക ശാസ്ത്രം രോഗത്തെ മാത്രം വിധേയമാക്കുകയാണ് ചെയ്യുന്നത്. ഇതും യോജിപ്പിച്ച് ചികിത്സിക്കുന്ന വിഷയത്തിലേക്ക് ബുദ്ധിമുട്ടുണ്ടാക്കും.

ഇത്രയും വിഷയങ്ങളാണ് എനിക്ക് നിങ്ങളുടെ മുമ്പിൽ അവതരിപ്പിക്കാനുള്ളത്. ബ്രഹ്മശ്രീ. ഇ ടി ദിവാകരൻമൂസ്സ് അവർകൾക്ക് ഈ വേളയിൽ ആയുരാരോഗ്യസൗഖ്യങ്ങൾ സർവാത്മനാ നേർന്നുകൊണ്ട് എന്റെ ഈ എളിയ വാക്കുകൾ അവസാനിപ്പിക്കുന്നു.

(അഷ്ടവൈദ്യൻ ബ്രഹ്മശ്രീ ഇ ടി ദിവാകരൻ മൂസ്സ് അവർകളുടെ ഷഷ്ട്യബ്ദ പൂർത്തിയോടനുബന്ധിച്ച് സംഘടിപ്പിച്ച അനുമോദന ചടങ്ങിൽ അധ്യക്ഷപ്രസംഗത്തിനുശേഷം ഈ വിഷയം ലേഖനരൂപത്തിൽ വേണമെന്ന് അതിന്റെ സംഘാടകർ ആവശ്യപ്പെട്ടതനുസരിച്ച് പിന്നീട് 2003 മെയ് 10 ന് അയച്ചുകൊടുത്തതാണ് ഈ ലേഖനം)

22

സിദ്ധമകരധ്വജം

പലമാനം രസം സമൃക് ബഹുസംസ്കാരസംസ്കൃതം
തഥാ ഫലദ്വയം ഗന്ധം ശുദ്ധാം ഹേമ ദ്വികാർഷികം
കൈലാസാചല സംഭൂതേ സുദൃഢേച സുചിക്കണെ
ശോണപ്രസ്തരജേ ഖല്ലേ സർവ്വം സംസ്ഥാപ്യ മിശ്രയേൽ.

എന്നാണ് സിദ്ധമകരദ്ധ്വജം എന്ന ദിവ്യമായ കൂപീപക്വരസായനൗഷധത്തിന്റെ യോഗത്തിൽ ഭൈഷജ്യരത്നാവലീകാരൻ പറഞ്ഞു കാണുന്നത്. ശുദ്ധിചെയ്ത രസം ഒരു പലം (സുമാർ 57 ഗ്രാം), നെല്ലിക്കാ ഗന്ധകം 2 പലം, കൂട്ടു കൂട്ടാത്ത തങ്കം ഒന്നര കഴിഞ്ച് (സുമാർ 7 ഗ്രാം) എന്നിവയാണ് സിദ്ധമകരധ്വജത്തിലെ പ്രധാന ഘടകങ്ങൾ. ഇവയെ പ്രത്യേകം വിധിച്ചു കാണുന്നതനുസരിച്ചുള്ള മിനുസമായ ചുകന്ന കല്ലു കൊണ്ടുണ്ടാക്കിയ അമ്മിമേൽ വെച്ച് കൂട്ടിച്ചേർത്ത് 8 യാമം (സുമാർ 32 മണിക്കൂർ) ഇടവിടാതെ അരച്ച് പിന്നീട് ചുകന്ന പരത്തിപ്പൂ പിഴിഞ്ഞ നീരിലും വെളുത്ത അങ്കോലത്തിന്റെ കായ പിഴിഞ്ഞ നീരിലും കറ്റുവാഴയുടെ നീരിലും വേറെ വേറെ അരച്ച് കുപീപക്വരസായനത്തിന് പാകം ചെയ്യാനുപയോഗിക്കുന്ന കാചക്കുപ്പിയിലാക്കി ചുകന്ന പയൻ, ചരളം, കരിഞ്ഞാലി, കൂവളം ഇവയിലേതെങ്കിലുമൊന്നിന്റെ ഉണങ്ങിയ വിറകു കൊണ്ട് ആദ്യത്തെ രണ്ടു യാമം മന്ദാഗ്നിയായും രണ്ടാമത്തെ രണ്ടുയാമം മദ്ധ്യാഗ്നിയായും മൂന്നാമത്തെ രണ്ടുയാമം തീക്ഷ്ണാഗ്നിയായും വീണ്ടും രണ്ടുയാമം മന്ദാഗ്നിയായും കത്തിച്ച് തീ കെടുത്തി തനിയെ ആറി തണുത്തതിനുശേഷം കാചകുപ്പിയിൽനിന്ന് ഔഷധം എടുത്ത് ആ ഔഷധത്തിന്റെ ഇരട്ടി നെല്ലിയ്ക്കാ ഗന്ധകം ചേർത്ത് മുൻപോലെ തന്നെ സംസ്കരിച്ച് പാകം ചെയ്യുക. ഇതുപോലെ രണ്ടുവാരം അഥവാ പതിനാലു

ദിവസം ചെയ്യണമെന്ന് പുസ്തകത്തിൽ പറയുന്നു. അത്രയും കഴിഞ്ഞാൽ സിദ്ധമകരധ്വജം എന്ന ശിവനിർമിതമായ ദിവ്യൗഷധം തയാറായി.

അത് രോഗിയുടെ ശരീരത്തിനും രോഗത്തിന്റെ ഗൗരവത്തിനും അനുസരിച്ച് മാത്രനിശ്ചയിച്ച് കൊടുക്കേണ്ടതാണ്. സാമാന്യേന സിദ്ധമകരധ്വജം വെറ്റിലനീരും തേനും ചേർത്താണ് കൊടുത്തുവരാറുള്ളത്. അതിന്റെ അനുപാനമായി വ്യാദ്ധ്യനുസൃതമായ കഷായമോ ആസവാരിഷ്ടങ്ങളോ കഴിക്കുന്നതിൽ വിരോധമില്ല.

സിദ്ധമകരദ്ധ്വജംകൊണ്ട് സന്നിപാതജ്വരം, പരിണാമശൂല, നടുവേദന, ഹൃദയത്തിന്റെ വേദന, ചുമ, ശ്വാസംമുട്ട് വാതകഫങ്ങളെക്കൊണ്ടുണ്ടാകുന്ന സാമാന്യേന എല്ലാ രോഗങ്ങളും നാളീരോഗം, അർശോരോഗം മുതലായവയും അതിസാരം, കണ്ഠമാല, ലിംഗത്തിന്റെ ഉദ്ധാരണശേഷിക്കുറവ് മുതലായവയും അവ എത്ര പഴക്കമുള്ളവയാണെങ്കിലും മാറുമെന്നാണ് യോഗത്തിൽ കാണുന്നത്. സൂര്യൻ ഇരുട്ടിനെ എന്നപോലെയും സിംഹം ആനകളെ എന്നപോലെയും പഞ്ഞിക്കൂട്ടത്തെ തിയ്യ് എന്നപോലെയും സിദ്ധമകരധ്വജം രോഗങ്ങളെ നിർമൂലനം ചെയ്യുമെന്ന് പറയുന്ന നാലുവരികൂടി താഴെ കുറിക്കാം.

സ്വയം ത്രൈലോക്യ നാഥേന ത്രൈലോക്യ ഹിതമിച്ഛതാ
സമർപ്പിതോ
യം സിദ്ധേഭ്യ: കരുണാർദ്രേണവൈയഥാ

23

പക്ഷവാതം

പക്ഷവാതം എന്ന നാടൻ ഭാഷയിലൂടെ അറിയുന്നു രോഗത്തെ പ്പറ്റി 2004 ഫെബ്രുവരി 15 ലെ വാരാന്തപ്പതിപ്പിൽ വിശദീകരിച്ചു കണ്ടു. മാർച്ച് 7 ലെ വാരാന്തപ്പതിപ്പിൽ ആദ്യത്തെ വിവരണത്തെ പൂർണമായി അംഗീകരിക്കാത്ത സ്വഭാവത്തിൽ ഒരു കുറിപ്പും കാണുകയുണ്ടായി. വിഷയത്തെ വളരെ ചെറിയ രൂപത്തിൽ പഴയ ആയുർവേദത്തിന്റെ ദൃഷ്ടി യിലൂടെ കാണാവുന്ന വിവരം എഴുതാനാഗ്രഹിക്കുന്നു.

ഒരു ഭാഗം തളർന്ന് വശംകെടുന്ന രോഗികളെ സാധാരണയായി പക്ഷവാതരോഗം ബാധിച്ചവർ എന്നു പറയാറുണ്ട്. എന്നാൽ വാസ്തവ ത്തിൽ പക്ഷവാതം രണ്ടുപ്രകാരത്തിലുണ്ട്. അത് കേവലം രക്തസമ്മർദം എന്ന രോഗത്തിൽനിന്ന് മാത്രം വരുന്നതല്ല. ആയുർവേദ ശാസ്ത്രമനു സരിച്ച് ത്രിദോഷങ്ങളിലെ ചലനപ്രക്രിയ എല്ലാംതന്നെ വായുവാണ് നട ത്തുന്നത്. ആ വായുവിന് തടസ്സം നേരിടുന്ന എന്തും ഈ രോഗത്തിന് കാരണമാണ്. ആ കൂട്ടത്തിൽ രക്തസമ്മർദത്തെക്കൂടി ഉൾപ്പെടുത്താവു ന്നതുമാണ്. ഹൃദയത്തിലേക്ക് വരുന്നതും പോകുന്നതുമായ കവാട ങ്ങൾക്ക്(വാൾവിന്) കട്ടി കൂടിയാലും ഹൃദയത്തിന് ദൗർബല്യം ബാധി ച്ചാലും കൊളസ്ട്രോൾകൊണ്ട് രക്തക്കുഴലുകളുടെ ഉൾവ്യാസം കുറ ഞ്ഞാലും രക്തത്തിന്റെ ദ്രവാവസ്ഥയിൽ മാറ്റംവന്നാലും (അതായത് കട്ടി കൂടിയാൽ)ഈ രോഗം ബാധിക്കാവുന്നതാണ്. ഹൃദയത്തിൽനിന്ന് രണ്ട് പ്രധാന ധമനികളിൽക്കൂടി രക്തത്തെ ഇടതുവശത്തിൽക്കൂടെയും വല തുവശത്തിൽക്കൂടെയും മസ്തിഷ്ക പ്രസ്തര ദ്വാരാ കൊണ്ടുവന്ന് ശരീരം മുഴുവൻ എത്തിക്കുക എന്നതാണ് രക്തപ്രവർത്തനത്തിന്റെ സ്വഭാവം. ഇത് നടത്തുന്നത് വായുവാണ്. ചലനാത്മകത വായുവിൽ മാത്രം നിൽക്കുന്നതുമാണ്. ശരീരത്തിലെ രക്തചംക്രമണത്തിന്റെ ഒരു ചെറിയ

വിവരണമാണ് ഇതേവരെ പറഞ്ഞത്. ഇതിലേതുതരം വൈകല്യങ്ങൾകൊണ്ടും ശരീരാർധഭാഗം പ്രവൃത്തിക്കാതാകും. ആയുർവേദത്തിന്റെ ദൃഷ്ടിയിൽ അതിനെ രണ്ടു വിഭാഗമായി പറയാറുണ്ട്. പക്ഷാഘാതം എന്നും പക്ഷവധം എന്നും. ആഘാതം എന്ന് പറയുന്നത് ധമനികളിൽ തടസങ്ങൾ നേരിട്ട് പ്രവർത്തനക്ഷമമായി വരുന്ന രോഗത്തെയാണ്. ആ സ്ഥിതിയിൽനിന്ന് ആ ധമനി തീരെ പ്രവർത്തിക്കാതെയാകുമ്പോഴും പൊട്ടി രക്തസ്രാവം വരുമ്പോഴും പക്ഷവാതമായി മാറുന്നു.

സാധാരണയായി വലതുവശത്തുകൂടി മസ്തിഷ്ക പ്രസ്തരത്തിലേക്ക് കൊണ്ടുപോകുന്ന ധമനിക്ക് തടസ്ഥം നേരിട്ടാൽ ശരീരത്തിന്റെ ഇടതുവശത്തിലാണ് ദൗർബല്യം വരിക. ഇടതുവശത്തുകൂടെ കൊണ്ടുപോകുന്ന ധമനിക്കാണ് ദൗർബല്യം വരുന്നതെങ്കിൽ ശരീരത്തിന്റെ വലതുഭാഗമാണ് തളരുകയോ പ്രവർത്തനക്ഷമമല്ലാതാവുകയോ ചെയ്യുക. പക്ഷമന്യതരം ഹന്തി എന്നാണ് ശാസ്ത്രം. മസ്തിഷ്കത്തിൽ ഇടതുഭാഗത്താണ് സംസാരശേഷിയെ നിയന്ത്രിച്ചുകൊണ്ടുപോകുന്ന കേന്ദ്രം ഇരിക്കുന്നത് എന്നതുകൊണ്ട് വലതുഭാഗം തളർച്ച വന്നാൽ തൊണ്ണൂറു ശതമാനവും സംസാരം നഷ്ടപ്പെടും. വളരെ ദുർലഭമായി സംസാരം നഷ്ടപ്പെടാതെയും കണ്ടിട്ടുണ്ട്. അതിനു കാരണം വാഗ്ധമനീകേന്ദ്രം കഴിഞ്ഞതിനുശേഷമായിരിക്കും ആ ഞെരമ്പിന് ക്ഷതമോ തടസ്ഥമോ ബാധിച്ചിരിക്കുക എന്നാണ് ആയുർവേദശാസ്ത്രസിദ്ധാന്തപ്രകാരം മനസിലാക്കുന്നത്. പക്ഷാഘാതത്തിൽ മസ്തിഷ്കസംബന്ധിയായി ഞരമ്പ് പൊള്ളച്ച് പൊട്ടുകയാണെങ്കിൽ തത്സമയത്ത് പെട്ടെന്നുള്ള പരിചരണത്തിന് ഏറ്റവും നന്നായിരിക്കുക അലോപ്പതി ആസ്പത്രിയിൽ പ്രവേശിപ്പിക്കുക എന്നതുതന്നെയാണ്. പ്രാഥമികമായ പരിചരണങ്ങൾക്കുശേഷം സാമാന്യമായി പത്തുദിവസം കഴിഞ്ഞാൽ ആ രോഗിയെ പരിചയ സമ്പന്നനായ വൈദ്യനെക്കൊണ്ട് ആയുർവേദ ചികിത്സ ചെയ്യിക്കുന്നത് നന്നായിരിക്കും. പക്ഷാഘാതം വന്ന് ബോധക്ഷയം വന്നാൽ ആയുർവേദ സമ്പ്രദായത്തിൽ ആദ്യമായി ചെയ്യാറുള്ളത് തീക്ഷ്ണദ്രവ്യങ്ങളെക്കൊണ്ട് നസ്യം ചെയ്യുകയാണ്. മസ്തിഷ്കത്തിലേക്ക് കടക്കാനുള്ള ഏകദ്വാരം (നാസാഹി ശിരസോദ്വാരം)മൂക്കുമാത്രമേയുള്ളൂ. അതിന് അത്ഭുതമായ ഒരു ഫലവും കാണാറുണ്ട്. അതിനുശേഷം ഉടനെ ചെയ്യേണ്ടത് പിഴിച്ചിൽ തുടങ്ങുകയാണ്. ബോധം വരുന്നതുവരെ ചെയ്യുകയാണ് വിധി. തൈലദ്രോണ്യാഞ്ചശയനം എന്നാണ് ശാസ്ത്രം. തൈലം നിറച്ച തോണിയിലിടുക എന്നർഥം. സ്നേഹനം സ്നേഹസംയുക്തം പക്ഷാഘാതേ വിരേചനം എന്നും ശാസ്ത്രം അനുശാസിക്കുന്നു. പക്ഷവധമാണെങ്കിൽ ഇതുകൊണ്ടൊന്നും ഫലമുണ്ടായെന്നും വരില്ല.

എന്റെ മുത്തച്ഛന് പക്ഷവാതം(പക്ഷാഘാതം) വന്നപ്പോൾ ഇങ്ങനെ ചെയ്യുകയുണ്ടായി. ആദ്യമായി 101 ആവർത്തി ധാന്വന്തരം പുരട്ടി. ബോധം വന്നതിനുശേഷമാണ് പിഴിച്ചിൽ ആരംഭിച്ചത്. മുപ്പത്തിയാറു മണിക്കൂറോളം പിഴിഞ്ഞു വീഴ്ത്തിയതായി ഓർക്കുന്നു. പിന്നീട് തുടർന്നുള്ള

ചികിത്സ ചെയ്യുകയും പൂർണമായി മാറുകയും ചെയ്തു. അദ്ദേഹത്തിന് അന്ന് ഏഴുപത്തൊന്ന്-എഴുപത്തിരണ്ട് വയസായിരുന്നു.

അതുപോലെ നാൽപ്പതുവയസിനു ശേഷമേ വരൂ എന്നത് ഈ രോഗത്തിന് ബാധകമല്ല. ഒന്നര വയസായ കുട്ടിയെയും പന്ത്രണ്ടോളം വയസ്സായ ഒരു കുട്ടിയെയും നാൽപ്പതോളംകൊല്ലം മുമ്പ് ഞാൻ ചികിത്സിച്ചിട്ടുണ്ട്. അതിൽ ചെറിയ കുട്ടിയുടെ ദീനം പരിപൂർണമായി മാറുകയും പന്ത്രണ്ടുവയസായ കുട്ടിയുടേത് എൺപത് ശതമാനം മാറുകയും ചെയ്തതായി ഓർക്കുന്നു. പന്ത്രണ്ടുവയസുകാരി പിന്നീട് ഒരു ടീച്ചറായിരുന്നു, അവരിപ്പോഴില്ല. ഈ രണ്ടുപേരും പെൺകുട്ടികളായിരുന്നു. ഒന്നര വയസുകാരി ഇപ്പോൾ ഒന്നോ രണ്ടോ പെൺകുട്ടികളുടെ അമ്മയായി കൊയിലാണ്ടിക്കടുത്തെവിടെയോ താമസിക്കുന്നുണ്ട്.

നാൽപ്പതുവയസിന് താഴെ പക്ഷാഘാതം വന്ന പലരെയും ചികിത്സിച്ചിട്ടുണ്ട്. ഏതായാലും പക്ഷാഘാതത്തിന്റെ വിഷയത്തിൽ താങ്കളെഴുതിയ വ്യായാമ വിഷയവും മറ്റും അഭിനന്ദനമർഹിക്കുന്നു. കൊഴുപ്പുള്ള വസ്തുക്കൾ, തീക്ഷ്ണമായ വസ്തുക്കൾ, കൂടുതൽ മെഴുക്കുള്ളവ, തണുത്തതോ തണുപ്പിച്ചതോ ആയ ആഹാരങ്ങൾ എന്നിവ അത്യന്തം വർജനീയങ്ങൾതന്നെയാണ്.

ആയിരത്താണ്ടുകൾ മുമ്പ് എഴുതിവെച്ച ആരോഗ്യശാസ്ത്രവും ഈ വിഷയത്തെ വ്യക്തമായി വിലയിരുത്തുന്നു. എന്നറിയാൻ മാത്രമാണ് ഇതെഴുതിയത്. ഈ വിഷയത്തിൽ അലോപ്പതിയുടെ സിദ്ധാന്തപ്രവർത്തനങ്ങളും ആയുർവേദ സിദ്ധാന്തപ്രകാരമുള്ള പ്രവർത്തനങ്ങളും പരസ്പരധാരണയോടും വിശ്വാസത്തോടും കൂടി, രണ്ടിന്റെയും ഉപയോഗപ്രദമാകുന്നവ സ്വീകരിക്കുകയാണ് ഇന്ന് കൂടുതൽ ഫലപ്രദമെന്ന് തോന്നുന്നു.

2004 മാർച്ച് 14

24

ഔഷധസുഗന്ധനെല്ലിനങ്ങൾ

കേരള കാർഷിക സർവകലാശാല-പ്രാദേശിക കാർഷിക ഗവേഷണ കേന്ദ്രവും (പട്ടാമ്പി) സർവശ്രീ. എം എസ് സ്വാമിനാഥൻ റിസർച്ച് ഫൗണ്ടേഷനും കൂടി സംയുക്തമായി സംഘടിപ്പിക്കുന്ന സമ്മേളനത്തിലെ വിഷയം ഔഷധസുഗന്ധനെല്ലിനങ്ങളെക്കുറിച്ചാണല്ലൊ.

അന്നാൽ ഭവന്തി ഭൂതാനി
പർജ്ജന്യാദന്നസംഭവ:
യജ്ഞാൽ ഭവതി പർജ്ജന്യ:
യജ്ഞ: കർമ്മ സമുത്ഭവ:

എന്ന ഗീതാവാക്യം ഓർമിപ്പിച്ചുകൊണ്ട് ആ വിഷയത്തിലേക്ക് കടക്കാം. അന്നത്തിൽനിന്നാണ് എല്ലാ ജീവജാലങ്ങളും ഉണ്ടാകുന്നത്. അന്നം ഉണ്ടാകുന്നത് പർജന്യത്തിൽ(മേഘം-വർഷം)നിന്നാണ്. വർഷം ഉണ്ടാകുന്നത് യജ്ഞത്തിൽനിന്നാണ്. യജ്ഞം എന്നത് കർമത്തിൽനിന്നുണ്ടാകുന്നത് എന്നൊക്കെയാണ് മേൽ വിവരിച്ച വരിയുടെ അർഥം. ഇതിൽ പറഞ്ഞ കർമം കർഷകവൃത്തിയായിത്തന്നെ എടുക്കാം. കർഷകവൃത്തി അത്രയും പാവനവും പരിശുദ്ധവുമാണെന്ന് താൽപ്പര്യം.

നെൽകൃഷി എന്ന വിഷയത്തിൽ ഉന്നത നിലവാരം പുലർത്തിയിരുന്ന കേരള സംസ്ഥാനം ഇന്ന് ആ വിഷയത്തിൽ വളരെ പിന്നിലാണെന്നുതന്നെ പറയേണ്ടിവരും. എനിക്ക് ഓർമവെച്ചകാലം മുതലുള്ള നടപ്പും ഇന്നു കണ്ടുവരുന്ന നടപ്പും താരതമ്യം ചെയ്താലേ വാസ്തവത്തിൽ അതു മനസിലാവുകയുള്ളൂ. ഒരുകാലത്ത് വിനോദംപോലെ കൊണ്ടുനടന്നിരുന്ന കൃഷി ഇന്ന് വിരോധത്തിലെത്തിയിരിക്കുകയാണ്. കാരണങ്ങൾ പലതുമുണ്ടായിരിക്കാം. അതുകൊണ്ടുമാത്രം കാര്യത്തിന്റെ സ്ഥിതി ശരിയാവുകയില്ലല്ലോ. ഇന്ന് കൃഷിയുടെ ക്ലേശങ്ങൾ കാരണം

പലരും ഒഴിഞ്ഞു മാറി കൃഷിസ്ഥലം തന്നെ നികത്തി വീടും പീടികയും ഉണ്ടാക്കാൻ ശ്രമിക്കുന്നതായിട്ടാണ് കാണുന്നത്. അതിന് കാരണമില്ലാതില്ല. കൂലിയുടെ വർധനവ്, ജോലിയുടെ ലോപങ്ങൾ, ധാന്യത്തിന്റെ വിലക്കുറവ് ഇതുമൂന്നുംകൂടി യോജിപ്പിച്ചു കൊണ്ടുപോകാൻ പറ്റാത്ത അവസ്ഥയിലാണ് ഇന്നു നാം. അതുകൊണ്ടുതന്നെയാണ് കൃഷിഭൂമി വേണ്ടവിധത്തിൽ പരിപാലിക്കാതെയോ കൃഷിചെയ്യാതെയോ ഇടേണ്ടി വരുന്നതും. അതിനെ വീണ്ടും ഒരു ഉദ്ബുദ്ധാവസ്ഥയിലേക്ക് കൊണ്ടുവരിക എന്നത് എളുപ്പമായി തോന്നുന്നില്ല. എങ്കിലും പ്രയത്നിക്കേണ്ടത് ആവശ്യംതന്നെയാണ്.

അമ്പതോളം കൊല്ലം മുമ്പ് ജന്മി എന്ന പേരിൽ അറിയപ്പെട്ടിരുന്ന ഒരു വർഗമുണ്ടായിരുന്നപ്പോൾ കൃഷിഭൂമിയിൽ കൃഷിപ്രവൃത്തികൾ വളരെയധികം ഭംഗിയായ നിലയിൽ നടന്നിരുന്നു എന്നത് യഥാർഥമാണ്. അതിനുകാരണമുണ്ട്. അത് നടത്തുന്ന ആൾ ഒരു കരാറുകാരനാകും. അയാൾക്ക് ഈ പണിയിൽനിന്ന് കിട്ടുന്ന നെല്ലിന്റെ ഒരു ക്ലിപ്തവിഹിതം ജന്മിക്കു കൊടുക്കേണ്ടതുണ്ട്. അതുകാരണം പ്രവൃത്തികളിൽ നിഷ്കർഷയുണ്ടാകും. ആ ഒരവസ്ഥയിൽ അൽപ്പം ജന്മികളുടെ അധികമായ ഭൂമികൾ കീഴ് കരാറുകാരൻ നടത്തുക എന്നു വരുമ്പോൾ ഓരോരുത്തർക്കും വരുന്ന ശുഷ്ക്കാന്തി കൂടുതലുണ്ടാകും. അവനവന്റെ വിഹിതം കൃത്യമായി കൊടുക്കാൻ സാധിക്കണം എന്നൊരു നിർബന്ധവുമുണ്ടായിരുന്നു. കൃഷിയോട് ഒരു പ്രതിബദ്ധതയും അതൊരു ജീവിതമാർഗവുമായി അന്ന് കണ്ടിരുന്നു. ഇന്ന് അങ്ങനെയൊരു വിഷയമില്ല. ഇന്ന് മറ്റു പല ധനാഗമന മാർഗങ്ങളും കണ്ടെത്തിയതുകൊണ്ട് കൃഷിയിൽനിന്ന് ലഭിക്കുന്ന ലാഭനഷ്ടങ്ങളെക്കുറിച്ച് അയാൾക്ക് വേവലാതിപ്പെടേണ്ടതില്ല.

ഭൂനിയമപരിഷ്കരണം വരുന്നതിനുമുമ്പ് മൊത്തം പാടശേഖരം കുറച്ചു ജന്മികളുടെ കൈവശമായിരുന്നു. കൃഷിയിറക്കുന്നതിലും പണി നടത്തുന്നതിലും അവർ തമ്മിൽ ഒരു ധാരണയുണ്ടായിരുന്നു. അവർക്ക് സ്ഥിരമായി കൂലിക്കാരും കന്നുകാലികളുമുണ്ടായിരുന്നു. ആരേയും കാത്തുനിൽക്കേണ്ട ആവശ്യമില്ല. കൂലി കുറവായിരുന്നുവെങ്കിലും സ്ഥിരം കൂലിക്കാരുടെ സംരക്ഷണം ജന്മിമാരുടെ ഉത്തരവാദിത്തമായിരുന്നു. ഇതിന് അൽപ്പസ്വൽപ്പം അപവാദങ്ങൾ ഉണ്ടായെന്നുവരാം. കൂലി, അന്നത്തെ പത്ത് ഇന്ന് ആയിരമായി. കൂടാതെ കൂലിക്കാർക്ക് കൂടുതൽ കൂലി കിട്ടുന്ന തൊഴിലും ഏറെയായി. ഇതുരണ്ടും കൂടാതെ ധാന്യത്തിന്റെ വിലക്കുറവും കൂടി ചേർത്താൽ കൃഷിചെയ്യാനുള്ള വിഷമം സ്വയം ആർക്കും ബോധ്യപ്പെടുന്നതാണ്. കൂടാതെ ഇന്ന് ഉടമസ്ഥന്മാരുടെ എണ്ണം ഒരുപാടു വർധിക്കുകയും അവരുടെ കൈവശമുള്ള ഭൂമിയുടെ അളവ് നാമമാത്രമായി തീരുകയും ചെയ്തപ്പോൾ ആവശ്യത്തിനും ആവശ്യം കഴിഞ്ഞ് വിൽപ്പനയ്ക്കും സാധ്യമല്ലാതായിത്തീരുകയും ചെയ്തു. ഇത് കൃഷി ചെയ്യാനുള്ള ബുദ്ധിമുട്ട് വർധിപ്പിച്ചു. അതിനനുസരിച്ച് ഉൽപ്പാദകന് അതിന്റെ വിലയോ സഹായങ്ങളോ ഇല്ലാതായി. റബർ മുതലായ

മറ്റു തോട്ടവിളകൾക്ക് ചെയ്യുന്നപോലെ നെൽകൃഷി ചെയ്യുന്നവർക്ക് ആനുകൂല്യങ്ങളോ സൗകര്യങ്ങളോ ഒരുക്കാൻ സർക്കാർ തയാറായതുമില്ല. ഇതുകൊണ്ടൊക്കെ വാസ്തവത്തിൽ ഭൂനിയമംകൊണ്ടുണ്ടാകുമെന്ന് ഉദ്ദേശിച്ച നേട്ടം നെൽകൃഷിക്കും ഭൂമിക്കും ശാപമായിത്തീരുകയാണുണ്ടായത് എന്ന് പറയേണ്ടിവരും. അത് വീണ്ടും പഴയമാതിരി കൊണ്ടുവരണം എന്ന ഉദ്ദേശത്തിൽ പറയുകയല്ല. നെൽകൃഷിയുടെ ഇന്നത്തെ അവസ്ഥാഭേദങ്ങളറിയാൻവേണ്ടി കുറിച്ചു എന്നുമാത്രം. ഭൂപരിഷ്കരണനിയമത്തിന്റെ ഏറ്റവും വലിയ ന്യൂനത അത് തോട്ടം വിളകളെ (റബർ, കാപ്പി, തേയില മുതലായവയെ)ഉൾപ്പെടുത്താതെ പാടശേഖരങ്ങളെ (നെൽകൃഷിയെ)മാത്രം ഉൾപ്പെടുത്തി എന്നതാണ്. അതോടൊപ്പം ഉൽപ്പാദന-വിതരണ കാര്യത്തിൽ വന്ന അപാകതകളും കൂടിയായപ്പോൾ നെൽകൃഷിക്കു പകരം നെൽവയലുകൾ നികത്തിയെടുത്ത് തെങ്ങും കവുങ്ങും റബറും വെച്ച് വളപ്പാക്കി മാറ്റപ്പെട്ടു. ചുരുക്കത്തിൽ വളരെ ശോചനീയമായ അവസ്ഥയിലേക്കാണ് നാട്ടിൽ (കേരളത്തിൽ)നെൽകൃഷി നീങ്ങിക്കൊണ്ടിരിക്കുന്നത്.

എന്റെ സ്വന്തം അനുഭവം തന്നെ പറയാം. ഞങ്ങൾക്ക് ഒരു പൂവൽ കൃഷിയും ഇരു പൂവൽ കൃഷിയും മൂന്നു പൂവൽ പണിയുന്ന ഭൂമിയും ഉണ്ടായിരുന്നു. അവയിലെല്ലാംതന്നെ അമ്പതോളംകൊല്ലം മുമ്പ് ഒരു വിധം ഭംഗിയായി കൃഷിയിറക്കുകയും ചെയ്തിരുന്നു. ആ കാലത്ത് ഒരു പൂവലായ പുഞ്ചക്കഴിയിൽ തുലാവർഷം കഴിഞ്ഞതിനുശേഷം പുഞ്ചക്കഴിയിലെ വെള്ളം താഴേയ്ക്കിറങ്ങിത്തുടങ്ങിയാൽ വരമ്പ് നികത്തി മേലേ കഴികളിൽനിന്ന് താഴേ കഴികളിലേക്ക് ചക്രം ചവിട്ടി വെള്ളം വാർത്ത് പണിയുകയാണ് പതിവ്. പുഞ്ച സാധാരണയായി വിതയ്ക്കുകയാണ്. സാധാരണ ഏറ്റവും മൂപ്പുകുറഞ്ഞ വിത്ത് നോക്കിയാണ് തെരഞ്ഞെടുക്കുക. അത് വിതയ്ക്കേണ്ട സമയം തിരുവാതിരക്കുശേഷമാകും. എല്ലാക്കൊല്ലവും ഒരുപോലെയായെന്നും വരില്ല. അധികമായും നവരയാണ് പതിവ്. ദുർലഭം ചില കഴികളിൽ ചീരയും പണിയാറുണ്ട്. ചില കൊല്ലങ്ങളിൽ ജലദൗർലഭ്യം വന്നാൽ ഉണങ്ങിപ്പോകും. ഇടമഴ അധികം പെയ്താൽ മുങ്ങിപ്പോകും. അങ്ങനെയൊക്കെയാണെങ്കിലും പുഞ്ചക്കഴികൾ കൃഷി ചെയ്തിരുന്നു. ഞങ്ങൾക്ക് സുമാർ രണ്ടുമാസത്തോളം ചിലവിനുള്ള നവര ഉണ്ടായിരുന്നതും അനുഭവമുണ്ട്. ഇന്നിതൊക്കെ കഥയായി.

ഇനി വിഷയത്തിലേക്ക് കടക്കാം. മേൽപ്പറഞ്ഞ നവരനെല്ല് ആയുർവേദത്തിന്റെ ദൃഷ്ടിയിലൂടെ ഒന്നു കാണാൻ ശ്രമിക്കാം. നവരയ്ക്ക് ഷഷ്ടികം എന്നാണ് ശാസ്ത്രനാമം. ഷഷ്ടികം എന്ന ശബ്ദത്തിന് അറുപത് എന്നാണർഥം. അറുപതു ദിവസംകൊണ്ട് വിളയുന്നത് എന്ന് ഇതുകൊണ്ട് മനസിലാക്കാം. ആ പേരു വരാനും കാരണം ഇതുതന്നെയാണ്. നെല്ല് വ്രീഹി വർഗത്തിലാണ് ആയുർവേദം പറയുന്നത്. വ്രീഹി എന്നാൽ ധാന്യം എന്നു പറയുന്നു. വ്രീഹി എന്നതിന് ഉമി കളഞ്ഞാൽ ചുകപ്പായ

അരിയോടുകൂടിയത് എന്നർഥവും പറഞ്ഞുകാണുന്നുണ്ട്. വ്രീഹികളുടെ വർഗത്തിൽ വെച്ച് ഏറ്റവും ഉന്നത സ്ഥാനവും ശ്രേഷ്ഠതയും നവരയ്ക്കാണ് ശാസ്ത്രം കൊടുത്തിരിക്കുന്നത്.

സ്നിഗ്ദ്ധോഗ്രാഹീ ലഘുസ്വാദു:
ത്രിദോഷഘ്നഃ സ്ഥിരോഹിമഃ
ഷഷ്ടികോ വ്രീഹിഷുശ്രേഷ്ഠഃ
ഗൗരശ്ചാ/സിതഗൗരതഃ

നവരനെല്ല് സ്നിഗ്ധമാണ്. അൽപ്പം മലബന്ധത്തെ ഉണ്ടാക്കും. ലഘുവാണ്. മധുരരസമാണ്. വാതപിത്തകഫങ്ങളായ മൂന്നിനെയും ശമിപ്പിക്കുന്നതാണ്. നവരയുടെ ഗുണം സ്ഥിരതയുള്ളതാണ്. ശീതവീര്യമാണ്. വ്രീഹി വർഗത്തിൽവെച്ച് ഉത്തമനുമാണ്. അത് വെളുത്തതും കറുത്തതുമായി രണ്ടുതരത്തിലുണ്ട്. ഇതാണ് മുകളിൽ ഉദ്ധരിച്ച വരികളുടെ അർഥം. അതിൽനിന്നുതന്നെ നവരയുടെ മഹത്വത്തെക്കുറിച്ച് മനസിലാക്കാമല്ലോ. രണ്ടുതരം പറഞ്ഞതിൽ ഏറ്റവും ഉത്തമം വെളുത്ത നവരയാണ്. കറുത്ത നവരയ്ക്ക് ചില പ്രദേശങ്ങളിൽ പുടയൻ എന്നും പേരുകാണാറുണ്ടെന്നു വ്യാഖ്യാനിച്ചു കാണുന്നു. ഏതായാലും അതിന്റെ ഗുണമഹിമ ശ്ലാഘനീയമാണ്. അതുകൊണ്ടാണ് നവരയരിക്കഞ്ഞി പ്രത്യേക സന്ദർഭത്തിൽ കഴിക്കാൻ പറയുന്നതും നവര പൊടിച്ച് വിരകി കുട്ടികൾക്ക് കൊടുക്കാൻ പറയുന്നതും വാതരോഗികൾക്കും മറ്റും നവരക്കിഴി നടത്താൻ പറയുന്നതും നവരപ്പൊടി വിരകി ചോറുതേയ്ക്കാൻ പറയുന്നതുമൊക്കെ. ഇത്രയും പ്രത്യേകമായി ആരോഗ്യശാസ്ത്രത്തിൽ പോലും നവരയെക്കുറിച്ച് വിശദീകരിക്കുമ്പോൾ നാം അവയുടെ കൃഷിയിലും മറ്റും വിമുഖരാകുന്നത് കഷ്ടമാണ്. ആയുർവേദ ശാസ്ത്രത്തിൽ നവരയെക്കുറിച്ചു മാത്രമല്ല മറ്റെല്ലാ വ്രീഹി ധാന്യങ്ങളെക്കുറിച്ചും സൂക്ഷ്മമായ ഒരു ചിത്രം നമുക്ക് തരുന്നുണ്ട്. ചെന്നെല്ല്, പെരുംചെന്നെല്ല്, കളമപ്പുരിച്ചെന്നെല്ല്, ഇട്ടൂഴിച്ചെന്നെല്ല്, കിഴികാരിച്ചെന്നെല്ല്, വെൺചെന്നെല്ല്, നെടുവായിച്ചെന്നെല്ല്, വെൾവലിച്ചെന്നെല്ല്, നറുംചെന്നെല്ല്, കിളിക്കൊള്ളിച്ചെന്നെല്ല്, പൊൻവർണച്ചെന്നെല്ല് എന്നിവയെല്ലാം ശാസ്ത്രത്തിൽ പറയുന്ന സംസ്കൃതശബ്ദങ്ങൾക്ക് മലയാളഭാഷയിൽ എഴുതിയ വ്യാഖ്യാനത്തിൽ കാണുന്ന പേരുകളാണ്. ഇനിയും നിരവധി പേരുകൾ പറയാനുണ്ട്.

ഔഷധസുഗന്ധനെല്ലിനങ്ങളിൽ ഔഷധ വിഷയമായ നെല്ലിന്റെ വിവരമാണ് മേൽപ്പറഞ്ഞത്. സുഗന്ധ ധാന്യങ്ങളെക്കുറിച്ച് നമ്മുടെ നാട്ടിൽ നെയ്ച്ചീര എന്ന ഒരു നെല്ലിനെ മാത്രമെ ഞാൻ മനസിലാക്കിയിട്ടുള്ളൂ. വേറേയും സുഗന്ധ ധാന്യങ്ങൾ ഇതര സംസ്ഥാനങ്ങളിൽ പ്രത്യേകിച്ച് വടക്കൻ ഭാരതത്തിൽ ഉപയോഗിച്ചുവരുന്നതായി അറിയുന്നുണ്ട്. അവയിൽ പലതും വളരെ വിശിഷ്ട ഭോജ്യമായി പറഞ്ഞുകേട്ടിട്ടുണ്ട്. ആദ്യം പറഞ്ഞ നെയ്ച്ചീര ഞാൻ ഉപയോഗിച്ചിട്ടുണ്ട്. അത് ഈ നാട്ടിലും പണ്ടുമുതൽ നടപ്പുള്ളതാണ്. നവരയെപ്പോലെ അതിനെക്കുറിച്ച് അറിവില്ലാത്തതുകൊണ്ട് വിശദാംശങ്ങളിലേക്ക് കടക്കുന്നില്ല.

കൃഷിയുടെ വിഷയത്തിൽ ഒരു കാര്യംകൂടി അവതരിപ്പിക്കേണ്ടതുണ്ട്. പൂർണമായി വിശദീകരിക്കാനൊരുങ്ങുന്നില്ല. ഭാർഗവീയചരിതം എന്ന ഒരു പഴയ താളിയോലഗ്രന്ഥം ഒരു കൃഷിക്കാരൻ ഞങ്ങളുടെ ലൈബ്രറിയിലേക്ക് തരികയുണ്ടായി. വൃത്തനിബദ്ധത്തിലാണ് എന്നാണ് വെയ്പ്. എന്നാൽ ആ വിഷയത്തിൽ വളരെ കൃത്യമായ ഒരു നിയമമൊന്നും പാലിച്ചതായി അതിൽ കാണുന്നില്ല. പക്ഷേ പല ദേശങ്ങളിലേയും കൃഷിയെ സംബന്ധിച്ച വിവരങ്ങൾ അൽപ്പാൽപ്പമായി വിവരിക്കുന്നുണ്ട്. ഭാഷ ശുദ്ധ നാടൻഭാഷയാണ്. അതിന്റെ അവതരണം കേരളത്തിലെ ബ്രാഹ്മണർ പരശുരാമനോട് കൃഷിയെക്കുറിച്ച് ചോദിച്ചപ്പോൾ പരശുരാമൻ മറുപടി പറയുന്ന രൂപത്തിലാണ്. അതിലെ ഒന്നുരണ്ടു വരികൾ താഴെ കുറിക്കാം.

പണ്ടു പണ്ടുള്ള വിത്തുകളെല്ലാമേ
കണ്ടാലുമറിയാതെ മറന്നുപോയ്
നിഷ്ഠുരങ്ങളായിന്നുള്ള വിത്തുകൾ
കുഷ്ഠരോഗാദി വർധിപ്പിക്കും ദൃഢം
കേരളം, പരദേശമെന്നിങ്ങിനെ
പാരം ഭേദമെല്ലാറ്റിലും നിർണയം

അങ്ങനെ വരികൾ നീണ്ടുപോകുന്നു. അതിൽ നെല്ലിനം മാത്രമല്ല എള്ള്, ഗോതമ്പ്, ചോളം തുടങ്ങി ഫലമൂലാദികളും പറഞ്ഞു കാണുന്നുണ്ട്. തുളുനാട്ടിലെയും തമിഴ്നാട്ടിലെയും ചോളനാട്ടിലെയും കേരളത്തിലെയും വിവരങ്ങൾ പ്രത്യേകമായി പലഭാഗത്തും വേർതിരിച്ചിട്ടുണ്ട്. അതിൽ പറയുന്ന വിത്തുകളുടെ പേര് മുഴുവൻ പറയാൻ വിഷമമാണ് എങ്കിലും കുറച്ച് വിത്തിനങ്ങളെക്കുറിച്ച് പറയാം.

തുളുനാട്ടിൽ കാമധാര, മുകിനവെളുത്, ജീരകാരാല, സംഗലഹാര, വെട്ടുവെളി, ചുറുളക്കരിയ, വാഴക്കണ്ണനദ, വെള്ളച്ചെന്നെല്ല്, സമ്പതാള എന്നിവയും കോലനാട്ടിൽ ചെന്നെല്ല്, കരിഞ്ചെന്നെല്ല്, കോഴിവാലൻ, വെള്ളക്കോഴിവാലൻ, പൊന്നാരിയൻ, കഴമ, പയ്യനാടൻ, ഓർത്തടിയൻ, വാലി, പൂത്താടൻ, മോടൻ, ചെറുനോടൻ, പറമ്പൻ, മലയുടുമ്പൻ എന്നിവയും ഇടനാട്ടിൽ കരിപ്പാലി, ആരിയൻ, കഴമ, വട്ടൻ, മുണ്ടപ്പിള്ളി നവര, കോഴിയാളൻ, കുട്ടനാടൻ, ചെപ്പിലക്കാടൻ, കൂവളക്കാടൻ, മുണ്ടകമ്പാല, ചെന്താർമണിയൻ എന്നിവയും വെള്ളപ്പനാട്ടിൽ എരുമക്കാരി, ചിറ്റേനി, കാടക്കഴുത്തൻ, വെള്ളക്കുറുഞ്ഞി, അന്നച്ചാമ്പൻ, പാണ്ടി, ചെറുപാണ്ടി, വെങ്കുറിഞ്ഞി, കരിങ്കുറുഞ്ഞി, കുട്ടി, ചെറുകുട്ടി എന്നിവയും പറവൂർനാട്ടിൽ ആനക്കൊമ്പനും കുട്ടനാട്ടിൽ പൊക്കാളി, ചെറുപൊക്കാളി, കൂളര, കരിക്കൻ എന്നിവയും പരദേശത്ത് ചമ്പാ, മുളകുചമ്പാ, കൽക്കരായൻ, ചെമ്പാള, മട്ട എന്നിവയും കാശ്മീരത്തിൽ മത്തവിത്ത് എന്നിവയും ആയിരുന്നു. വിരിപ്പു വിത്തിന്റെയും മുണ്ടകൻ വിത്തിന്റെയും പുഞ്ച വിത്തിന്റെയും വിവരങ്ങൾ വേറെ വേറെയാണ് കൊടുത്തിരിക്കുന്നത്.

2004 ജൂലായ് 30

9 789384 445065

Printed by Libri Plureos GmbH in Hamburg,
Germany